വസിലിസയും

മറ്റു റഷ്യൻ കഥകളും

INSIGHT PUBLICA®

INSIGHT PUBLICA ®

Nadakkave, Kozhikode, Kerala
www. insightpublica.com
e-mail: insightpublica@gmail.com
Title: **Vasilisayum Mattu Russian Kadhakalum**
Translated by Ratheesh C. Nair
Book Design: kjvj@insight
First Insight Edition: May 2023

ISBN 978-93-5517-362-1
Printed and Published by
InsightinPublica Printers & Publishers Pvt Ltd.

₹490

വസിലിസയും
മറ്റു റഷ്യൻ കഥകളും

പരിഭാഷ: രതീഷ് സി നായർ

INSIGHT PUBLICA

വീണ്ടും ആ പഴയ സോവിയറ്റ് പുസ്തകങ്ങൾ

പഴയ സോവിയറ്റ് യൂനിയനിൽ നിന്നും ഇവിടേക്ക് അച്ചടിച്ചെത്തിയ മനോഹരമായ ചിത്രങ്ങൾ സഹിതം നല്ല മേനിക്കടലാസിലുള്ള സോവിയറ്റ് പുസ്തകങ്ങൾ ഇന്നും പലർക്കും മറക്കാനാവാത്ത ഒരു വായനാനുഭവമാണ്. ആ കഥകളും ചിത്രങ്ങളും അക്കാലത്ത് ലോകമെമ്പാടും ഉള്ള വായനക്കാരുടെ ഹൃദയം കവർന്നു. സോവിയറ്റ് യൂനിയൻ ഇല്ലാതായതോടെ സോവിയറ്റ് കഥകളെല്ലാം ഗൃഹാതുരമായ നറുംസ്മരണകൾ മാത്രമായി.

ആ പുസ്തകങ്ങൾക്കുവേണ്ടി വായനക്കാർ കൂടെക്കൂടെ അന്വേഷിക്കുന്നുണ്ടായിരുന്നു. അങ്ങനെയാണ് കുറച്ച് പുസ്തകങ്ങൾ ഞങ്ങൾ പുനഃപ്രസിദ്ധീകരിച്ചത്. ആ ശ്രമത്തെ വായനക്കാർ അകമഴിഞ്ഞു പിന്തുണച്ചു.

മഹത്തായ ഒരു രാജ്യത്തിന്റെ മഹത്തായ ഒരു സാഹിത്യ പദ്ധതിയുടെ ആഴവും പരപ്പും മനസ്സിലാക്കാൻ ആ ശ്രമത്തിലൂടെ ഞങ്ങൾക്കു കഴിഞ്ഞു. നൂറു കണക്കിന് ഭാഷകളിലേയ്ക്ക്, അനേകം രാജ്യങ്ങളിലേയ്ക്ക് സോവിയറ്റ് കഥകൾ അക്കാലത്തു പരിഭാഷയായി സഞ്ചരിച്ചു.

ഇന്ത്യയിൽ തന്നെ എല്ലാ പ്രധാനപ്പെട്ട ഭാഷകളിലേക്കും സോവിറ്റ് കഥകൾ മൊഴി മാറി എത്തി. അവയെല്ലാം ചരക്കുകളായല്ല ഒരു സംസ്കാരമായാണ് ഇവിടെ വന്നെത്തിയത്.

മലയാളത്തിൽ ഇൻസൈറ്റ് പബ്ലിക്ക ചില സോവിയറ്റ് പുസ്തകങ്ങൾ പുനപ്രസിദ്ധീകരിച്ചപ്പോൾ കിട്ടിയ പിന്തുണ ആണ് ഇന്ത്യൻ ഭാഷകളിൽ ഇറങ്ങിയ സോവിയറ്റ് പുസ്തകങ്ങൾ വീണ്ടും അതേപടി പുനഃപ്രസിദ്ധീകരിക്കുക എന്ന ശ്രമകരമായ ദൗത്യം ഏറ്റെടുക്കാൻ ഞങ്ങൾക്ക് ധൈര്യം നൽകിയത്. പിന്തുണച്ചവർക്ക് നന്ദി.

e- ബുക്കും സ്കാൻ ചെയ്ത കോപ്പിയും വായിച്ച് വായനക്കാർ ഇനി അതൃപ്തരാവേണ്ട. അതേ പുസ്തകം ചൂരും ചൂടും പോവാതെ ഇൻസൈറ്റ് നിങ്ങളുടെ കൈകളിൽ എത്തിക്കുന്നു. സോവിയറ്റ് കഥകളുടെ പുനരവതരണം.

സുമേഷ് ഇൻസൈറ്റ്

ഉള്ളടക്കം

സുന്ദരിയായ വസിലിസ

വളരെ വർഷങ്ങൾക്കുമുൻപ് ഒരു ഗ്രാമത്തിൽ വയസ്സായ ദമ്പതികൾ താമസിച്ചിരുന്നു. അവർക്ക് ഒരു മകൾ മാത്രമേ ഉണ്ടായിരുന്നുള്ളൂ. വസിലിസ എന്നായിരുന്നു അവളുടെ പേര്. ഒരു ചെറിയ കുടിലിലാണ് താമസിച്ചിരുന്നതെങ്കിലും അവർ സന്തുഷ്ടരായിരുന്നു.

പക്ഷെ അവരേയും കഷ്ടപ്പാട് തേടിയെത്തി. വസിലിസയുടെ അമ്മയ്ക്ക് അസുഖമായി. മരണം ഉറപ്പായ നേരം അവർ മകളെ അടുത്തിരുത്തി ഒരു ചെറിയ പാവ കൊടുത്തിട്ട് പറഞ്ഞു:

"ശ്രദ്ധിച്ച് കേൾക്കൂ മകളെ, ഈ ചെറിയ പാവയെ സൂക്ഷിക്കുക. ഇതിനെ ആരും കാണുവാൻ പാടില്ല. നീ ഏതെങ്കിലും കുഴപ്പത്തിൽ ചാടിയാൽ ഈ പാവയ്ക്ക് എന്തെങ്കിലും കഴിക്കുവാൻ കൊടുത്തശേഷം ഉപദേശം ചോദിക്കുക. ആഹാരം കഴിച്ചശേഷം ബുദ്ധിമുട്ടിൽ നിന്ന് ഇവൾ നിന്നെ രക്ഷിക്കും."

വസിലിസയ്ക്ക് അവസാന ചുംബനം നൽകി അമ്മ മരിച്ചു.

ഭാര്യയെ നഷ്ടപ്പെട്ടതിൽ വിഷമമുണ്ടെങ്കിലും വയസ്സനായ വസിലിസയുടെ അച്ഛൻ വേറെ വിവാഹം കഴിച്ചു. മകൾക്ക് മറ്റൊരു അമ്മയുടെ സ്നേഹം ലഭിക്കുമെന്നാണ് അയാൾ കരുതിയത്. പക്ഷെ ദയയില്ലാത്ത ഒരു രണ്ടാനമ്മയെയാണ് അയാൾ മകൾക്ക് നേടികൊടുത്തത്.

അവർക്ക് സ്വന്തമായി രണ്ട് പെൺമക്കളുണ്ടായിരുന്നു. അവർ മൂഢരും ബഹളം കാട്ടുന്നവരുമായിരുന്നു. അവർക്ക് എല്ലാ വളർത്തുദോഷവുമുണ്ടായിരുന്നു. രണ്ടാനമ്മയ്ക്ക് സ്വന്തം മക്കളെ വളരെ ഇഷ്ടമായിരുന്നു. അതേസമയം വസിലിസയുടെ ജീവിതം ദുരിതത്തിലുമായി. വസിലിസയെകൊണ്ട് രണ്ടാനമ്മ ക്രൂരമായി പണി ചെയ്യിപ്പിച്ചു. ദയയില്ലാതെ അവർ വളർത്തുമകളെ എപ്പോഴും വഴക്കു പറയുമായിരുന്നു. രണ്ടാനമ്മയുടെ സ്വന്തം മക്കൾ താന്തോന്നികളായിത്തന്നെ വളർന്നു. സൗന്ദര്യം കുറഞ്ഞ് വസിലിസ

മെലിഞ്ഞുണങ്ങി. വിരൂപിയാക്കുവാൻ വേണ്ടി സഹോദരിമാർ അവളെ സൂര്യവെളിച്ചത്തിലും കാറ്റുള്ള സമയത്തും പണിയെടുപ്പിച്ചു. എല്ലാദിവസവും അവൾ ശകാരവും കൽപ്പനയും മാത്രം കേട്ടു.

“അത്താഴം തയ്യാറാക്കുവാനല്ലേ പറഞ്ഞത്, വസിലിസ വീട്ടു വൃത്തിയാക്കാത്തതെന്ത്? വിറക് ശേഖരിച്ച് വരൂ. നീ പശുവിനെ കറന്നുവോ? അവിടെ വെറുതെ നിൽക്കാതെ ജോലികൾ വേഗത്തിൽ തീർക്കൂ.”

വസിലിസക്ക് ജോലി ചെയ്യുവാൻ മടിയുണ്ടായിരുന്നില്ല. രണ്ടാനമ്മയെയും മക്കളെയും സന്തോഷപ്പെടുത്തുവാൻ അവൾ തന്നാൽ കഴിയുന്നതെല്ലാം ചെയ്തു. ഓരോ ദിവസവും അവളുടെ സൗന്ദര്യം കൂടിക്കൂടി വന്നു. അവളുടെ സൗന്ദര്യത്തെക്കുറിച്ച് വർണിക്കുവാൻ കഴിയുമായിരുന്നില്ല. ആ ചെറിയ പാവ അവൾക്ക് എന്നും തുണയായിരുന്നു. എല്ലാ ദിവസവും രാവിലെ പാചകപ്പുരയുടെ വാതിലടച്ച് പാവയ്ക്ക് പാലു നൽകി അവൾ പറയും:

“പാവക്കുട്ടീ പാല് കുടിക്ക്. എന്നിട്ട് എന്റെ സങ്കടങ്ങൾ കേൾക്കൂ.”

പാല് കുടിച്ച് പാവ അവളെ ആശ്വസിപ്പിച്ചിട്ട് അവൾക്കായി ജോലികളെല്ലാം ചെയ്തുകൊണ്ടിരുന്നു. മറ്റുള്ളവർ വരുന്നതുവരെ വസിലിസ തണലിൽ വിശ്രമിക്കും.

പാവയാകട്ടെ ആ സമയം ചെടികളുടെ കളമാറ്റി വെള്ളം നനയ്ക്കും, ചപ്പ് കത്തിക്കും, ക്യാബേജ് തോട്ടം നനയ്ക്കും. വസിലിസക്ക് സൂര്യാഘാതമേൽക്കാതിരിക്കുവാൻ സഹായിക്കുന്ന പച്ചിലമരുന്നുകൾ പാവ അവൾക്ക് പറഞ്ഞുകൊടുക്കുമായിരുന്നു. അങ്ങനെ പണ്ടത്തെക്കാളും സുന്ദരിയായി അവൾ വളർന്നു.

ഒരു നാൾ അച്ഛന് വീട്ടിൽ നിന്ന് അകലെയുള്ള ഒരു ദേശത്ത് പോകേണ്ടതായി വന്നു. ശരത് കാലത്തിന്റെ അവസാനനാളിലെ വീശിയടിക്കുന്ന കാറ്റും മഴയുമുള്ള ഒരു ദിവസമായിരുന്നു അത്. രണ്ടാനമ്മയ്ക്കും മക്കൾക്കും വീട് വിട്ട് പുറത്തിറങ്ങുവാൻ തന്നെ പേടിയായിരുന്നു. ഗ്രാമത്തിന് ചുറ്റും വലിയ കാടായിരുന്നു. അവിടെയാണ് 'ബാബയാഗ' താമസിച്ചിരുന്നത്. കോഴിമാംസം കഴിക്കുന്നതുപോലെ ആൾക്കാരെ ഭക്ഷിച്ചിരുന്ന ഒരു ദുർമന്ത്രവാദിനിയായിരുന്നു ബാബയാഗ. രണ്ടാനമ്മ മക്കളെ ഓരോ ജോലി ചെയ്യുവാൻ ഏൽപ്പിച്ചു. നാടയുണ്ടാക്കുകയായിരുന്നു മൂത്തവളുടെ ജോലി. കാലുറ തുന്നാനാണ് അമ്മ രണ്ടാമത്തെ മകളോട് പറഞ്ഞത്. നൂൽ നൂൽക്കുകയായിരുന്നു വസിലിസയുടെ ജോലി. പെൺകുട്ടികൾ ജോലി ചെയ്യുന്ന സ്ഥലത്തെ അരണ്ട വെളിച്ചമൊഴിച്ച് വിളക്കെല്ലാം കെടുത്തി അമ്മ ഉറങ്ങാൻ കിടന്നു. പക്ഷെ വെളിച്ചത്തിനായി പെൺകുട്ടികൾ ആശ്രയിച്ചിരുന്ന ചിമ്മിനിവിളക്കു താഴെവീണ് പൊട്ടി തരിപ്പണമായി. മുറിയിൽ ഇരുട്ട് മൂടി "ഇനി നമ്മൾ എന്തുചെയ്യും?" വളർത്തമ്മയുടെ മകൾ ആലോചിച്ചു. വീട്ടിലെ ഒരുമുറിയിലും വെളിച്ചമില്ല. നമുക്ക് നമ്മുടെ ജോലി തീർക്കേണ്ടതുണ്ട്. ആരെങ്കിലും ദുർമന്ത്രവാദിനി ബാബയാഗയുടെ അടുത്തുപോയി വിളക്ക് വാങ്ങി വരണം.

"എനിക്ക് പോകാൻ കഴിയില്ല. പ്രത്യേകിച്ചും നാടയുണ്ടാക്കാനുള്ള കൊളുത്തിന്റെ അറ്റത്ത് കിട്ടുന്ന വെട്ടം ധാരാളമാണ്," അവൾ പറഞ്ഞു. "എനിക്കും പോകാൻ കഴിയില്ല. പ്രത്യേകിച്ച് ഞാൻ കാലുറ തുന്നുകയാണ്. എന്റെ സൂചിയുടെ അറ്റത്തുള്ള ചെറിയ വെളിച്ചം തന്നെ ധാരാളം," രണ്ടാമത്തവളും പിന്മാറി. അവർ രണ്ടുപേരും ഒരുമിച്ച് പറഞ്ഞു.

"അങ്ങനെയെങ്കിൽ വസിലിസ തന്നെ ബാബയാഗയുടെ അടുത്തേക്ക് പോകണം," അവർ വസിലിസയെ വീടിന് പുറത്തേക്ക് വലിച്ചിട്ടു. ഇരുട്ടുമാത്രം കാണാൻ സാധിക്കുന്ന, പേടിപ്പെടുത്തുന്ന ശബ്ദത്തോടെ വീശിയടിക്കുന്ന കാറ്റിൽ വസിലിസ കരഞ്ഞുപോയി. "പ്രിയപ്പെട്ട പാവക്കുട്ടീ... സഹോദരിമാർ എന്നെ വിളക്ക് കൊണ്ടുവരുവാനായി ബാബയാഗയുടെ അടുത്ത് പറഞ്ഞുവിട്ടിരിക്കുകയാണ്. ആ ദുഷ്ടയാകട്ടെ മനുഷ്യരെ ഭക്ഷിക്കുകയും അവരുടെ എല്ലുകൾ കടിച്ചുപൊട്ടിച്ചു തിന്നുകയും ചെയ്യുന്നവളാണ്.

"വിഷമിക്കേണ്ട," പാവ പറഞ്ഞു. "ഞാൻ നിന്റെ കൂടെ ഉള്ളപ്പോൾ നീ ഭയപ്പെടേണ്ട. നിന്റെയരുകിൽ ഞാൻ ഉള്ളപ്പോൾ ഒരു ആപത്തും നിന്നെ തേടിവരില്ല." "വളരെ നന്ദി പ്രിയ പാവക്കുട്ടി," അമ്മ നൽകിയ പാവയോട് നന്ദി പറഞ്ഞ് അവൾ മന്ത്രവാദിനിയുടെ കുടിലിലേക്കു യാത്രയ്ക്കൊരുങ്ങി. അവൾക്ക് ചുറ്റും കാട് ഒരു വൻമതിൽ തീർത്തതുപോലെയായിരുന്നു. ചന്ദ്രൻ ഉദിക്കുവാൻ കൂട്ടാക്കിയില്ല. നക്ഷത്രങ്ങളെ കാണുവാൻ

പോലും കഴിയുമായിരുന്നില്ല. തന്റെ പാവക്കുട്ടിയെ മാറിലേക്ക് ചേർത്തുപിടിച്ച് അവൾ വിറച്ചുകൊണ്ട് നടന്നു. പെട്ടെന്ന് ഒരു വെളുത്ത കുപ്പായമിട്ട് കുതിരയോട്ടക്കാരൻ തന്റെ വെളുത്ത കുതിരയിൽ പാഞ്ഞെത്തി. അപ്പോൾ ഉദയമായിത്തുടങ്ങിയിരുന്നു. വസിലിസക്ക് കാലിടറുന്നതുപോലെ തോന്നി. ഒരു മരക്കുറ്റിയിൽ അവളുടെ കാൽ തട്ടി. അവളുടെ തലമുടിയിൽ മഞ്ഞുകണങ്ങൾ പറ്റിച്ചേർന്നിരുന്നു. അവളുടെ കൈകൾ തണുത്ത് മരവിച്ചിരുന്നു.

പെട്ടെന്ന് ചുവന്ന വസ്ത്രം ധരിച്ച ഒരു കുതിരക്കാരൻ തന്റെ ചുവന്ന കുതിരയിൽ പാഞ്ഞെത്തി. അപ്പോഴേക്കും സൂര്യനുദിച്ചിരുന്നു. സൂര്യരശ്മികൾ അവളെ തഴുകി. അത് അവൾക്ക് ചെറിയ ചൂടേകി. അഴകുള്ള അവളുടെ മുടിയിൽ പറ്റിപ്പിടിച്ചിരുന്ന മഞ്ഞുകണങ്ങളെ അലിയിച്ചു. വസിലിസ നടത്തം തുടർന്നു. വൈകുന്നേരമായപ്പോൾ അവൾ ഒരു കാട്ടുവഴിക്ക് സമീപമെത്തി. ആ വഴിയിലൂടെ നടന്ന അവൾ ഒരു കുടിൽ കണ്ടു. മനുഷ്യരുടെ തലയോട്ടികൊണ്ട് തീർത്ത വേലിയിലെ വലിയ വാതിൽ മനുഷ്യരുടെ തന്നെ തുടയെല്ലുകൊണ്ട് പണിതതായിരുന്നു. ഓടാമ്പലിന് പകരം കൈകൾ. മൂർച്ചയുള്ള പല്ലുകൊണ്ടുള്ള പൂട്ട്. ആ കാഴ്ച പെൺകുട്ടിയെ പേടിപ്പെടുത്തി. അവൾ അനങ്ങാതെ നിന്നു. പെട്ടെന്ന് കറുത്ത കുപ്പായമിട്ട ഒരു കുതിരക്കാരൻ പാഞ്ഞുവന്നു. അയാളുടെ കുതിരയും കറുഞ്ഞ നിറത്തിലുള്ള രോമങ്ങൾ തന്നെയായിരുന്നു. കുടിലിന് സമീപമെത്തിയപ്പോൾ ഭൂമിയാൽ വിഴുങ്ങപ്പെട്ടതുപോലെ അയാൾ അപത്യക്ഷമായി. രാത്രിയാകുകയായിരുന്നു അപ്പോൾ. വേലിയിലെ തലയോട്ടികളിലെ കണ്ണിന്റെ ഭാഗങ്ങൾ തിളങ്ങാൻ തുടങ്ങി. കാട്ടുവഴിയിൽ പകൽ വെളിച്ചം പോലെ അതു പ്രതിഫലിച്ചു. വസിലിസ പേടിച്ചുവിറച്ചു. അവൾക്ക് അനങ്ങുവാൻ കഴിഞ്ഞില്ല. അവൾക്ക് കാലുകൾ മുന്നോട്ട് വയ്ക്കുവാൻ ശേഷിയുണ്ടായിരുന്നില്ല. പെട്ടെന്ന് അവൾ ഉച്ചത്തിലുള്ള ശബ്ദം കേട്ടു. ഭൂമി പിളരുന്നതുപോലെ അവൾക്ക് തോന്നി. മന്ത്രവാദിനി വീട്ടിലേക്കു വരുന്നതിന്റെ ബഹളമായിരുന്നു അത്. ഉലക്കകൊണ്ട് കാട് തെളിയിച്ച്, ഉരൽ പായിച്ചാണ് ആ ദുഷ്ടയുടെ ആഗമനം. വഴികൾ ചുള്ളിക്കമ്പുകൾ കൊണ്ട് വൃത്തിയാക്കിവന്ന മന്ത്രവാദിനി ഗേറ്റിനടുത്തെത്തിയപ്പോൾ അലറി വിളിച്ചു.

“ഭ്ര... ഭ്ര..., റഷ്യക്കാരുടെ സാന്നിധ്യത്താൽ ഇവിടെ ദുർഗന്ധപൂരിതമായിരിക്കുന്നു. ആരാണിവിടെ?” വസിലിസ മന്ത്രവാദിനിയുടെ അടുത്തേക്ക് നടന്നു ചെന്ന് കുമ്പിട്ട് തൊഴുതശേഷം വിനയത്തോടെ പറഞ്ഞു: “ഇത് ഞാനാണ് മുത്തശ്ശി, എന്റെ രണ്ടാനമ്മയുടെ മക്കൾ വിളക്ക് കൊണ്ടുവരാൻ എന്നെ ഇവിടേക്ക് അയച്ചതാണ്.”

“അത് ശരി,” മന്ത്രവാദിനി പറഞ്ഞു. “നിന്റെ രണ്ടാനമ്മ എന്റെ ബന്ധുവാണ്. ശരി, നിനക്കിവിടെ താമസിച്ച് എനിക്കുവേണ്ടി ജോലി ചെയ്യാം. വിളക്ക് തരുന്നകാര്യം പിന്നീട് ആലോചിക്കാം,” എന്നിട്ട് അവർ ഉറക്കെ വിളിച്ചുപറഞ്ഞു. “എന്റെ ശക്തിയുള്ള താഴുകളേ നിങ്ങൾ എനിക്കായി സ്വയം കെട്ടഴിക്കൂ. വീതിയുള്ള വാതായനങ്ങളേ, എനിക്കായി സ്വയം തുറന്നിടുക.”

ഗേറ്റ് തുറന്നു. മന്ത്രവാദിനി അകത്തേക്ക് പോയി. വസിലിസ അവരെ പിന്തുടർന്നു. ഗേറ്റിനരുകിൽ നിന്നിരുന്ന പൂവരശുമരം ചില്ലകൾ കൊണ്ട് അവളെ പ്രഹരിച്ചു. ഇത് കണ്ട മന്ത്രവാദിനി പറഞ്ഞു: "അവളെ പ്രഹരിക്കരുത് അരശുമരമേ. ഞാനാണ് അവളെ കൂട്ടിക്കൊണ്ടുവന്നത്." വാതിലിനടുത്ത്ഒരു പട്ടി കിടക്കുന്നുണ്ടായിരുന്നു. അത് പെൺകുട്ടിയെ കടിക്കാനൊരുങ്ങി. "അവളെ ഉപദ്രവിക്കരുത്. ഞാനാണ് അവളെ കൂട്ടിക്കൊണ്ടു വന്നത്," മന്ത്രവാദിനി പറഞ്ഞു.

പൂമുഖത്ത് ഒരു മുരളുന്ന പൂച്ച കിടക്കുകയായിരുന്നു. അത് പെൺകുട്ടിയെ മാന്താൻ തുടങ്ങി. "അവളുടെ ദേഹത്ത് തൊടരുത്. ഞാനാണ് അവളെ കൂട്ടിക്കൊണ്ടു വന്നത്," മന്ത്രവാദിനി പറഞ്ഞു.

വസിലിസയെ നോക്കി അവർ പറഞ്ഞു: "ഇത് കണ്ടല്ലോ, ഇവിടെ നിന്ന് രക്ഷപ്പെടുന്നത് എളുപ്പമല്ല. പൂച്ച മാന്തും. പട്ടി കടിക്കും. പൂവരശ് ചില്ലകൾകൊണ്ട് കണ്ണിൽ അടിക്കും. വാതിൽ തുറക്കുകയുമില്ല," ഇത്രയും പറഞ്ഞ് മന്ത്രവാദിനി ഉള്ളിലേക്ക് പോയി. ഒരു മരപ്പലകയിൽ കാൽ നിവർത്തിയിരുന്ന് അവർ ഉള്ളിലേക്ക് നോക്കി വിളിച്ചു:

"ഏയ് കരിനിറമുള്ള കുട്ടി, എനിക്ക് ആഹാരം തരൂ." കരിനിറമുള്ള ചെറിയ പെൺകുട്ടി ഓടി വന്ന് മന്ത്രവാദിനിക്ക് ആഹാരം നൽകി. ഒരു കുട്ടകം മുഴുവൻ ബീറ്റ്റൂട്ട് സൂപ്പ്, ഒരു തൊട്ടി നിറയെ പാൽ, ഇരുപത് ചെറിയ കോഴികൾ, നാൽപ്പത് താറാവുകുഞ്ഞുങ്ങൾ, രണ്ട് അട പലഹാരം എന്നിവ കൂടാതെ ആവശ്യത്തിലധികം മധുര

പാനീയവും ബീയറും മന്ത്രവാദിനി ഭക്ഷിച്ച് തീർത്തു. വസിലിസയ്ക്ക് അവൾ ചെറിയൊരു കഷണം റൊട്ടി മാത്രമേ നൽകിയുള്ളൂ. "വസിലിസ" മന്ത്രവാദിനി പറഞ്ഞു. ഇപ്പോൾ ഈ ചാക്ക് നിറയെ വച്ചിരിക്കുന്ന ചോളമെടുത്ത് അതിലെ ധാന്യങ്ങൾ വേർതിരിക്കുക. അതിൽ നിന്ന് കറുത്ത ധാന്യങ്ങൾ പ്രത്യേകം മാറ്റി വയ്ക്കണം. ഈ ജോലി പെട്ടെന്ന് ചെയ്തില്ലെങ്കിൽ നിന്നെ ഞാൻ ഭക്ഷിക്കും.

എന്നിട്ട് അവൾ ഉറങ്ങുവാൻ കിടന്നു. അധികം വൈകാതെ അവൾ കൂർക്കം വലിക്കുവാൻ "പാവക്കുട്ടി... പാവക്കുട്ടി, എന്റെ റൊട്ടി കഴിച്ചിട്ട് എന്റെ പ്രയാസം മനസ്സിലാക്കൂ. മന്ത്രവാദിനി പ്രയാസപ്പെട്ട ദൗത്യം എന്നെ ഏൽപ്പിച്ചിരിക്കുന്നു. ഞാനത് ചെയ്തില്ലെങ്കിൽ ഭക്ഷിക്കുമെന്നാണ് അവർ പറയുന്നത്."

പാവ പറഞ്ഞു: "കരയാതിരിക്കൂ. നീ കിടന്നുറങ്ങിക്കോളൂ. നല്ല ഉറക്കത്തിനുശേഷം ഉന്മേഷമുണ്ടാകും."

വസിലിസ ഉറങ്ങിയ ഉടൻ പാവക്കുട്ടി ഉറക്കെ വിളിച്ചു: "ചെറുപക്ഷികളെ, കുരുവികളെ, പ്രാവുകളെ വേഗം പറന്നു വരൂ.... വസിലിസയെ ഈ പീഡയിൽ നിന്ന് രക്ഷിക്കൂ..."

പെട്ടെന്ന് പക്ഷിക്കൂട്ടങ്ങൾ പറന്നെത്തി. കുറുകിയും കൂകിയും ശബ്ദമുണ്ടാക്കി കിളികൾ അവരെ ഏൽപ്പിച്ച പണി തുടങ്ങി. ചോള ധാന്യങ്ങൾ തരംതിരിച്ചു. നല്ല ധാന്യങ്ങൾ ചാക്കിലാക്കി. കറുത്തവ വിളയ്ക്കായി മാറ്റി വച്ചു. ഓരോ ധാന്യവും കഴുകി വൃത്തിയാക്കി പക്ഷികൾ അവരുടെ ജോലി ചെയ്ത് തീർത്തതും വെള്ള വസ്ത്രമണിഞ്ഞ് വെള്ളക്കുതിരപ്പുറത്തേറിയ യുവാവ് ഗേറ്റിന് സമീപം കുതിച്ചെത്തി. അപ്പോഴേക്കും നേരം പുലർന്നിരുന്നു.

ഉണർന്നെണീറ്റ് മന്ത്രവാദിനി വസിലിസയോട് ചോദിച്ചു:

"നിന്നെ ഏൽപ്പിച്ച ജോലിയെല്ലാം ചെയ്തുകഴിഞ്ഞോ?"

"എല്ലാം ചെയ്തുകഴിഞ്ഞു മുത്തശ്ശി..."

മന്ത്രവാദിനി രോഷം കൊണ്ടു. പക്ഷെ അവൾക്ക് ഒന്നും ചെയ്യാൻ കഴിയുമായിരുന്നില്ല. അവൾ പിറുപിറുത്തു. ഞാൻപോകുകയാണ്. ഈ പയറുകളും, വിത്തുകളും ഓരോന്നും വേർതിരിക്കുക. എന്നിട്ട് രണ്ടുകുമ്പാരമാക്കുക. ഞാൻ മടങ്ങി വരുമ്പോഴേക്കും ഈ ജോലി തീർത്തില്ലെങ്കിൽ നിന്നെ ഞാൻ ഭക്ഷിക്കും. മന്ത്രവാദിനി പുറത്തിറങ്ങി ഉച്ചത്തിൽ ചൂളമടിച്ചപ്പോൾ ഉലക്കയും തിരികല്ലും ഉരലും വാതിലിന് സമീപം ഉരുണ്ട് വന്നു. ചുവന്ന കുതിരപ്പുറത്തേറി, ചുവന്ന കുപ്പായമിട്ട യുവാവ് കുതിച്ചെത്തി. അപ്പോൾ സൂര്യൻ ഉദിച്ചുയർന്നിരുന്നു. മന്ത്രവാദിനി ഉലക്കകൊണ്ട് വഴിതെളിച്ച് പതിവു പോലെ ചുള്ളിക്കമ്പുകൾകൊണ്ടു വഴി വൃത്തിയാക്കി ഉരൽ ഓടിച്ചുപോയി. വസിലിസ ഒരു ചെറിയ കഷണം റൊട്ടി പാവകുട്ടിക്ക് നൽകി. എന്നിട്ട് പറഞ്ഞു:

"എന്നിൽ ദയവുണ്ടാകണം പാവക്കുട്ടീ. എന്നെ സഹായിക്കണം."

പാവക്കുട്ടി ഉച്ചത്തിൽ വിളിച്ചു: "പാടത്തെ എലികളേ, വീട്ടിലെ എലികളേ, പത്തായത്തിലെ എലികളേ ഓടി എന്നരുകിലെത്തു..." എലികൾ കൂട്ടത്തോടെ ഓടിയെത്തി. ഒരു മണിക്കൂറിനുള്ളിൽ എലികൾ വിത്തുകൾ വേർതിരിച്ചു. ഉച്ച കഴിഞ്ഞപ്പോൾ കരി നിറമുള്ള കുട്ടി തീൻമേശയിൽ ആഹാരമൊരുക്കി മന്ത്രവാദിനിക്കായി കാത്തിരുന്നു. കറുത്ത വേഷമിട്ട് കറുത്ത കുതിരപ്പുറത്തേറിയ യുവാവ് ഗേറ്റിനടുത്തേക്ക് കുതിച്ചെത്തി. രാത്രിയായപ്പോൾ വേലിയിലെ തലയോട്ടികളിലെ കണ്ണുകൾ ജ്വലിക്കുവാൻ തുടങ്ങി. മരങ്ങൾ കിറുകിറെ ശബ്ദിച്ചു. ഇലകൾ മർമ്മര ശബ്ദമുണ്ടാക്കി. എല്ലുകൾ പുറത്തുകാണുന്ന രീതിയിൽ നീണ്ടകാലുകളുള്ള ദുഷ്ടയായ ബാബയാഗ അവളുടെ ആഗമനം അറിയിക്കുകയായിരുന്നു.

"എന്തായി വസിലിസേ?" വീട്ടിലെത്തിയ ഉടൻ അവൾ ചോദിച്ചു. "ജോലികളെല്ലാം ചെയ്ത് കഴിഞ്ഞില്ലേ?"

"എല്ലാ ജോലിയും കഴിഞ്ഞു മുത്തശ്ശി." മന്ത്രവാദിനി രോഷംകൊണ്ടു. പക്ഷെ അവൾക്ക് ഒന്നും ചെയ്യാൻ കഴിയുമായിരുന്നില്ല.

"എങ്കിൽ പോയി കിടന്നുറങ്ങ്. ഞാനും കുറച്ചുനേരം കിടക്കട്ടെ."

അടുപ്പിന് പുറകിലായി വസിലിസ ഉറങ്ങുവാൻ കിടന്നു. പക്ഷെ ഉറങ്ങുന്നതിനു മുൻപ് അവൾ മന്ത്രവാദിനിയുടെ ശബ്ദം കേട്ടു.

"കരി നിറമുള്ള കുട്ടീ... അടുപ്പിൽ തീയിട്ടു ചൂടാക്കു. ഉണർന്നശേഷം ഞാൻ വസിലിസയെ പാചകം ചെയ്യുവാൻ പോകുകയാണ്. എന്നിട്ട് കാലുകൾ മൂടി അവൾ ഒരു മരപ്പലകയിൽ നിവർന്നുകിടന്നു. അധികം വൈകാതെ കാട്ടുമുഴവൻ മന്ത്രവാദിനിയുടെ കൂർക്കംവലി മുഴങ്ങി.

വിതുമ്പിപ്പോയ വസിലിസ പാവക്കുട്ടിക്ക് ഒരു റൊട്ടിക്കഷണം നൽകിയ ശേഷം പറഞ്ഞു: "എന്റെ പ്രിയപ്പെട്ട പാവക്കുട്ടി. ഈ റൊട്ടിക്കഷണം കഴിച്ചശേഷം ദയവായി എന്റെ ദുഃഖങ്ങൾ കേട്ടാലും". റൊട്ടി കഴിച്ച പാവക്കുട്ടി വസിലിസയ്ക്ക് രക്ഷപ്പെടാനുള്ള വഴി പറഞ്ഞു കൊടുത്തു. പാവ പറഞ്ഞതനുസരിച്ച് അവൾ കരിനിറമുള്ള പെൺകുട്ടിയുടെ അടുത്തെത്തി വിനയത്തോടെ കുമ്പിട്ടു. "കരിനിറമുള്ള കുട്ടീ," അവൾ അപേക്ഷിച്ചു. "ദയവു ചെയ്ത് വിറക് കത്തിച്ച് കൂടുതൽ തീയുണ്ടാക്കരുത്. വെള്ളമൊഴിച്ച് അതിനെ ചെറുതായി കെടുത്തി പുകച്ചാൽ മതി. ഇതാ പട്ടുകൊണ്ടുള്ള എന്റെ തുവാല സമ്മാനമായി എടുത്തു കൊള്ളൂ." "ശരി," പെൺകുട്ടി പറഞ്ഞു. "ഞാൻ നിന്നെ സഹായിക്കാം. കൂടുതൽ സമയമെടുത്ത് ഞാൻ തീ കത്തിക്കാം. ബാബയാഗയുടെ കാൽ തടവി കിളവിയെ കൂടുതൽ സമയം ഉറക്കാം. പ്രിയപ്പെട്ട വസിലിസ, നീ വീട്ടിലേക്ക് ഓടിപ്പോകൂ..."

"പക്ഷെ കുതിരക്കാരാരെങ്കിലും എന്നെ പിടികൂടുമോ?" വസിലിസ ആകാംക്ഷയോടെ ചോദിച്ചു. "അവർ തിരിച്ചുവരുമോ?"

“ഏയ് ഒരിക്കലുമില്ല. വെളുത്ത കുതിരക്കാരൻ വെളുത്തപകലും ചുവന്ന കുതിരക്കാരൻ സുവർണ്ണ സൂര്യനും കറുത്ത കുതിരക്കാരൻ കറുത്തരാത്രിയുമാണ്. അവർ നിന്നെ ഉപദ്രവിക്കില്ല,” കറുത്ത പെൺകുട്ടി പറഞ്ഞു. വസിലിസ പൂമുഖത്തേക്ക് ഓടി. മുരളുന്ന പൂച്ച അവളെ മാന്താനൊരുങ്ങി. അവൾ ഒരു ചെറിയ കേക്കിൻ കഷണം അതിന് ഇട്ടുകൊടുത്തു. പൂച്ച പിന്നെ അവളെ തൊട്ടില്ല. ചാടി വന്ന പട്ടി അവളെ കടിക്കാനൊരുങ്ങി. അവൾ അതിന് ചെറിയ കഷണം റൊട്ടി ഇട്ടു കൊടുത്തു. പട്ടിയും അവളെ കടന്നു പോകാൻ അനുവദിച്ചു. അവൾ ഓട്ടം തുടർന്നു. പൂവരശ് അവളുടെ കണ്ണുകളെ പ്രഹരിക്കാനൊരുങ്ങിയപ്പോൾ ഒരു റിബൺ കൊണ്ട് അവൾ ചില്ലകൾ കെട്ടി. മരവും അവൾക്ക് കടന്നുപോകാൻ അനുവാദം നൽകി. അവളെ തടയാനായി ഗേറ്റ് സ്വയം അടച്ചിടുവാൻ ശ്രമിച്ചു. അവൾ അപ്പോൾ ഗേറ്റിന്റെ വിജാഗിരിയിൽ എണ്ണയൊഴിച്ചു. വാതിൽ അവൾക്കായി തുറന്നു. അപ്പോൾ കറുത്ത കുതിരക്കാരൻ പാഞ്ഞെത്തി. കാട് ഇരുട്ടിലായി. എങ്ങനെയാണ് അവൾ വെളിച്ചമില്ലാത്ത വഴിയിലൂടെ വീട്ടിലെത്തുക? വിളക്കില്ലാതെ വീട്ടിലെത്തിയാൽ രണ്ടാനമ്മ തല്ലിക്കൊല്ലുമെന്ന് അവൾക്ക് അറിയാമായിരുന്നു. അതനുസരിച്ച് വസിലിസ വേലിയിൽ നിന്നും ഒരു തലയോട്ടിയെടുത്ത് ഒരു ദണ്ഡിൽ ഉറപ്പിച്ചു. എന്നിട്ട് അവൾ കൊടുംകാട്ടിലൂടെ വേഗത്തിൽ ഓടി. തലയോട്ടിയുടെ കണ്ണുകളിൽ നിന്നുള്ള വെളിച്ചം തിളങ്ങിയപ്പോൾ രാത്രിയിൽ പകൽ വെളിച്ചമുണ്ടായതുപോലെയായി.

മയക്കം കഴിഞ്ഞ് ദുഷ്ടയായ മന്ത്രവാദിനി ഉണർന്നെണീറ്റ് നിവർന്നിരുന്നു. എന്നിട്ട് വസിലിസയെ പിടിച്ച് പാചകം ചെയ്യാനായി അടുപ്പിനടുത്തേക്ക് വന്നു. വസിലിസയെ കാണാതെ രോഷംകൊണ്ട മന്ത്രവാദിനി ഓടി പൂമുഖത്തെത്തി.

“മുരളുന്ന പൂച്ചേ, അവൾ നിന്റെ മുന്നിലൂടെയാണ് ഓടിപ്പോയത്. നീ അവളെ മാന്തിയില്ല അല്ലേ”? മന്ത്രവാദിനി രോഷംകൊണ്ടു വിറച്ചു.

മുരളുന്ന പൂച്ച പറഞ്ഞു: “ബാബയാഗ, പത്തുവർഷമായി ഞാൻ നിന്നെ സ്നേഹിക്കുന്നു. പക്ഷെ ഒരു ചെറിയ റൊട്ടി കഷണം പോലും നീ എനിക്ക് നൽകിയില്ല. ആ പെൺകുട്ടി എനിക്ക് കേക്കിൻ കഷണം തന്നു. അതുകൊണ്ട് ഞാൻ അവളെ പോകാൻ അനുവദിച്ചു.”

മന്ത്രവാദിനി പുറത്തേക്കിറങ്ങി പട്ടിയോടു ചോദിച്ചു: “എന്റെ വിശ്വസ്തനായ വേട്ടനായേ, ആ അനുസരണയില്ലാത്തവളെ നീ എന്തുകൊണ്ട് കടിച്ചില്ല?.”

പട്ടി മറുപടി പറഞ്ഞു: “ഇത്രയും കാലം നിന്നെ സേവിച്ചിട്ട് നീ ഒരു എല്ലിൻ കഷണം പോലും തന്നില്ല. ആ പെൺകുട്ടി എനിക്ക് ഒരു റൊട്ടിക്കഷണം തന്നു. അതുകൊണ്ട് ഞാൻ അവളെ പോകാൻ അനുവദിച്ചു.”

ദേഷ്യത്തിൽ നിലവിളിച്ച് മന്ത്രവാദിനി പൂവരശിനോട് ചോദിച്ചു. “പൂവരശേ, നീ എന്തുകൊണ്ട് ചില്ലകൾ കൊണ്ട് അവളുടെ കണ്ണുകളിൽ അടിച്ചില്ല?”

നിന്റെ മുറ്റത്ത് പത്തുവർഷമായി വളരുന്നുണ്ടെങ്കിലും എന്റെ ചില്ലകളെ നീ ഒരു നാര് കൊണ്ടുപോലും കെട്ടിയിട്ടില്ല. പക്ഷെ ആ പെൺകുട്ടി ഒരു റിബൺ കൊണ്ട് കെട്ടി എന്നെ ഒതുക്കമുള്ളതാക്കി. അതുകൊണ്ട് ഞാൻ അവളെ പോകാൻ അനുവദിച്ചു."

ദേഷ്യം കൊണ്ട് ഗേറ്റിനടുത്ത് ഓടിയെത്തിയ മന്ത്രവാദിനി, "ശക്തിയുള്ള വാതായനമേ, നീ എന്തുകൊണ്ട് അനുസരണയില്ലാത്ത ആ പെൺകുട്ടിയുടെ മുന്നിൽ വഴി അടച്ചില്ല?" "

"ഞങ്ങൾ നിന്നെ വളരെക്കാലമായി സേവിക്കുന്നുണ്ടെങ്കിലും ഞങ്ങളുടെ വിജാഗിരിയിൽ നീ ഒരു തുള്ളി വെള്ളം പോലും ഒഴിച്ചില്ല. ആ പെൺകുട്ടി എണ്ണയൊഴിച്ച് വിജാഗിരികളെ കൂടുതൽ പ്രവർത്തന സജ്ജമാക്കി. അതുകൊണ്ട് ഞാനവളെ പോകാൻ അനുവദിച്ചു."

ദേഷ്യം സഹിക്കവയ്യാതെ മന്ത്രവാദിനി പട്ടിയെ അടിക്കുവാനും, പൂച്ചയെ ഉലയ്ക്കുവാനും, മരം വെട്ടി നിരത്തുവാനും, ഗേറ്റിനെ പൊളിച്ച് കളയാനും തുടങ്ങി. എങ്കിലും അവൾ വസിലിസയെ തേടി പോയില്ല.

അതേസമയം വസിലിസ വീട്ടിലേക്ക് ഓടുകയായിരുന്നു. അവൾ വീട്ടിലെത്തുമ്പോഴും അവിടെ വെളിച്ചം ഉണ്ടായിരുന്നില്ല. അവളുടെ സഹോദരിമാർ പുറത്തേക്ക് ഓടി വന്ന് അവളെ ശാസിച്ചു.

"വിളക്ക് കൊണ്ടുവരാൻ നീ ഇത്രയും വൈകിയതെന്ത്? ഇത്രയും നേരം ഞങ്ങൾ വെളിച്ചമില്ലാതെ കഴിഞ്ഞുകൂടുകയായിരുന്നു. ഇരുമ്പിൽ അടിച്ച് തീപ്പൊരിയുണ്ടാക്കി വെളിച്ചമുണ്ടാക്കാൻ നോക്കിയെങ്കിലും വിജയിച്ചില്ല. നീ കൊണ്ടുവന്ന വിളക്കെങ്കിലും വളരെനേരം കത്തിനിൽക്കുമെന്ന് പ്രതീക്ഷിക്കാം.

അവർ വസിലിസ കൊണ്ടുവന്ന തലയോട്ടിയെ മുറിയിലേക്ക് കൊണ്ടുപോയി. അതിന്റെ കണ്ണുകൾ ജ്വലിച്ചു നിന്നു. അതിന്റെ പ്രഭയിൽ രണ്ടാനമ്മയും, മക്കളും വെന്തുപോകുമെന്നായി. അവർ തലയോട്ടിയിൽ നിന്നും ഓടി ഒളിക്കുവാൻ നോക്കിയെങ്കിലും അതിന്റെ ജ്വാല അവരെ പിന്തുടർന്നു. രാവിലെ ആയപ്പോഴേക്കും അമ്മയും മക്കളും ചാരമായിത്തീർന്നിരുന്നു.

വസിലിസയെ മാത്രം തലയോട്ടി ഉപദ്രവിച്ചില്ല. അടുത്ത ദിവസം രാവിലെ അവൾ തലയോട്ടി കുഴിച്ചുമൂടി. കുറച്ചുനാൾ കഴിഞ്ഞപ്പോൾ അവിടെ ഒരു റോസാച്ചെടി കിളിർത്തുവന്നു.

ഒറ്റയ്ക്ക് ആ വീട്ടിൽ താമസിക്കുവാൻ വസിലിസയ്ക്ക് താൽപര്യമുണ്ടായിരുന്നില്ല. അതുകൊണ്ട് അവൾ നഗരത്തിൽ പോയി ഒരു വയസ്സായ സ്ത്രീയോടൊപ്പം താമസിച്ചു. ഒരുദിവസം അവൾ അമ്മൂമ്മയോട് പറഞ്ഞു.

"മുത്തശ്ശീ, ഒറ്റയ്ക്കിരുന്ന് എനിക്കു മടുത്തു. ഏറ്റവും മുന്തിയയിനം ചണം വാങ്ങി തന്നാൽ നല്ലതായിരുന്നു."

നല്ലവളായ ആ സ്ത്രീ അവൾക്കു ചണം വാങ്ങി നൽകി. അവൾ അത് നെയ്യാൻ തുടങ്ങി. വസിലിസ വേഗത്തിൽ പണി തുടങ്ങിയപ്പോൾ അതിൽ നിന്നും നൂലുകൾ സ്വർണ്ണ മുടിപോലെ രൂപംകൊണ്ടു. അതുകൊണ്ടുണ്ടാക്കിയ തുണി അവൾ വെളുത്ത മഞ്ഞുകൊണ്ടു വെളുപ്പിക്കുകയും ചെയ്തു.

"മുത്തശ്ശീ, ഈ തുണി കൊണ്ടുപോയി കിട്ടുന്ന വിലയ്ക്ക് വിൽക്കൂ." അത്ഭുതം കൊണ്ട് ആ സ്ത്രീ പറഞ്ഞു: "ഇല്ല, ഇത് വിൽക്കില്ല. മനോഹരമായ ഈ തുണികൊണ്ടുള്ള കുപ്പായം ധരിക്കുവാൻ രാജകുമാരന് മാത്രമേ അവകാശമുള്ളൂ. ഞാനിത് അദ്ദേഹത്തിന് നൽകുവാൻ പോകുകയാണ്."

ആ മുത്തശ്ശി രാജകൊട്ടാരത്തിലെത്തി. രാജകുമാരനെ മുഖം കാണിച്ചു. "ഞാൻ ഇത് അങ്ങേക്ക് നൽകാൻ കൊണ്ടുവന്നതാണ്." രാജകുമാരൻ ആ തുണിയുടെ മേന്മ കണ്ട് സന്തോഷത്തോടെ ചോദിച്ചു.

"ഇതിനുപകരമായി നിങ്ങൾക്ക് എന്താണ് വേണ്ടത്."

“വിലമതിക്കാത്തതാണ് ഈ തുണി. അതുകൊണ്ടാണ് ഞാൻ ഇത് അങ്ങേയ്ക്കായി കൊണ്ടുവന്നത്,” വൃദ്ധ പറഞ്ഞു.

നന്ദി പറഞ്ഞ് ആ രാജകുമാരൻ നിറയെ സമ്മാനങ്ങൾ നൽകി സ്ത്രീയെ യാത്ര യാക്കി. എന്നിട്ട് പരിചാരകരെ വിളിച്ച് ആ തുണികൊണ്ട് മനോഹരമായ കുപ്പായം തുന്നുവാൻ ആവശ്യപ്പെട്ടു. തുണിയുടെ ഗുണമേന്മ കണ്ട വാല്യക്കാർ പറഞ്ഞു: “ഇത്ര ഉൽകൃഷ്ടമായ തുണികൊണ്ട് കുപ്പായം തുന്നുവാനുള്ള കഴിവ് ഞങ്ങൾക്കില്ല.” ഇത് കേട്ട രാജകുമാരൻ തുണി സമ്മാനിച്ച സ്ത്രീയെ വിളിച്ചുവരുത്തി പറഞ്ഞു:

“ഇത്രയും നല്ല തുണി നെയ്യാൻ കഴിവുള്ള നീ തന്നെ എനിക്ക് ഇതുകൊണ്ട് കുപ്പായവും തുന്നിത്തരൂ.”

“ഇത് നെയ്തത് ഞാനല്ല രാജകുമാരാ.” വയസ്സായ സ്ത്രീ പറഞ്ഞു. “ഇത് ആ പെൺകുട്ടി വസിലിസ നെയ്തതാണ്.”

“അങ്ങനെയെങ്കിൽ അവൾ തന്നെ ഇതുകൊണ്ട് എനിക്കൊരു കുപ്പായമുണ്ടാ ക്കട്ടെ.”

അവർ ആ തുണിയുമായി വീട്ടിലെത്തി. വസിലിസ അതിൽ പട്ടുകൊണ്ട് മിനു ക്കുപണി ചെയ്ത് മുത്തുകൾ കൊണ്ട് അലങ്കരിച്ച് മനോഹരമായ കുപ്പായം തയ്ച്ചു. ആ വയസ്സായ സ്ത്രീ അതുമായി കൊട്ടാരത്തിലേക്ക് തിരിച്ചു.

വസിലിസ വീടിന്റെ ജനാലക്കരികിലിരുന്ന് തുണിയിൽ നൂലുകൊണ്ട് ചിത്രം തീർക്കുകയായിരുന്നു. രാജകുമാരന്റെ ഒരു പരിചാരകൻ തെരുവിലൂടെ ഓടി വരുന്നത് അവൾ കണ്ടു. ജനാലക്കരുകിൽ എത്തിയ അയാൾ കിതച്ചുകൊണ്ട് പറഞ്ഞു.

“പെട്ടെന്ന് നീ കൊട്ടാരത്തിലെത്തണമെന്ന് രാജകുമാരൻ കൽപ്പിച്ചിരിക്കുന്നു.”

കൊട്ടാരത്തിലെത്തിയ വസിലിസയെ കണ്ട് രാജകുമാരന് അവളെ ഇഷ്ടമായി. “ഞാൻ നിന്നെ ഇവിടെനിന്ന് പോകാൻ അനുവദിക്കില്ല. നിന്നെ എന്റെ ഭാര്യയായി സ്വീകരിക്കുവാൻ ഞാൻ ആഗ്രഹിക്കുന്നു.”

രാജകുമാരൻ അവളുടെ കൈപിടിച്ച് തന്റെ അരുകിലിരുത്തി. വിവാഹസൽക്കാരം പൊടിപൊടിച്ചു. അധികനാൾ കഴിയുന്നതിന് മുൻപ് വസിലിസയുടെ അച്ഛൻ തിരിച്ചെ ത്തി. അയാൾ മകളോടൊപ്പം കൊട്ടാരത്തിൽ താമസിച്ചു. അവൾ തന്റെ പ്രിയപ്പെട്ട പാവക്കുട്ടിയെ എപ്പോഴും കൈയ്യിൽ കരുതിയിരുന്നു. വസിലിസയും രാജകുമാരനും വളരെ നാൾ സന്തോഷത്തോടെ ജീവിച്ചു.

തവളരാജകുമാരി

"പ്രിയപ്പെട്ട മക്കളെ, എനിക്ക് തീരെ പ്രായമാകുന്നതിന് മുമ്പ് നിങ്ങളുടെ കല്യാണം നടത്തണം. എന്റെ പേരക്കുട്ടികളെ കാണുകയും വേണം."

പുത്രന്മാർ പറഞ്ഞു.

"അങ്ങനെയെങ്കിൽ അനുഗ്രഹിച്ചാലും അച്ഛാ, പക്ഷെ ഞങ്ങൾ ആരെയാണ് വിവാഹം ചെയ്യേണ്ടത്."

"കുട്ടികളെ, നിങ്ങളുടെ വില്ലുകളുമായി പുറത്തു പോകുക. അതിൽ നിന്നും നിങ്ങളോരോരുത്തരും എയ്യുന്ന അമ്പ് പതിക്കുന്ന സ്ഥലത്ത് നിങ്ങൾ പരിണയിക്കേണ്ട പെൺകുട്ടിയുണ്ടാകും."

പുത്രന്മാർ അച്ഛനെ നമസ്കരിച്ച് വില്ലുമായി പുറത്തേക്ക് പോയി. അവിടെ നിശ്ചയിക്കപ്പെട്ട സ്ഥലത്ത് നിന്ന് അമ്പെയ്തു. മൂത്തമകന്റെ അമ്പ് പതിച്ചത് ഒരു കുലീനനായ മനുഷ്യന്റെ വീടിന്റെ മുന്നിലാണ്. അദ്ദേഹത്തിന്റെ മകൾ അതെടുത്തു. രണ്ടാമത്തെ മകന്റെ അമ്പ് വീണത് ഒരു വ്യാപാരിയുടെ വീടിന്റെ മുറ്റത്താണ്. അത് ആ വ്യാപാരിയുടെ മകളും എടുത്തു. ഇളയമകൻ ഇവാൻ രാജകുമാരൻ തൊടുത്ത അമ്പ് ഉയർന്ന് വളരെ ദൂരത്തേക്ക് പറന്നു. രാജകുമാരന് അമ്പ് വീണ സ്ഥലം പോലും കാണുവാൻ കഴിഞ്ഞില്ല. ഇവാൻ രാജകുമാരൻ നടക്കുവാൻ തുടങ്ങി. അവസാനം അദ്ദേഹം ഒരു ചതുപ്പ നിലത്തിന് സമീപമെത്തി. ആ ചതുപ്പുനിലത്തിൽ തന്റെ അമ്പ് വായിൽ കടിച്ച് പിടിച്ചിരിക്കുന്ന ഒരു തവളയെ അവൻ കണ്ടു. ഇവാൻ തവളയോട് അമ്പ് തിരിച്ച് നൽകുവാൻ ആവശ്യപ്പെട്ടു. പക്ഷെ തവള പറഞ്ഞു:

"എങ്കിൽ എന്നെ അങ്ങയുടെ ഭാര്യയാക്കി കൂട്ടിക്കൊണ്ടു പോകൂ."

"എന്തായീ പറയുന്നത്. ഒരു തവളക്ക് എന്റെ ഭാര്യയാകാനെങ്ങനെ കഴിയും."

"പക്ഷെ നിനക്ക് എന്നെ ഭാര്യയായി സ്വീകരിച്ചേ മതിയാകൂ. കാരണം ഇത് ചക്രവർത്തിയുടെ താൽപര്യമാണ്."

ആദ്യം ഒഴിവാക്കുവാൻ നോക്കിയെങ്കിലും രാജകുമാരന് വിധിയെ മാനിക്കേണ്ടിവന്നു. അയാൾ തവളയുമായി കൊട്ടാരത്തിലേക്ക് പോയി.

ചക്രവർത്തി മൂന്നുകല്യാണത്തിനുമുള്ള ഒരുക്കങ്ങൾ ചെയ്തു. മൂത്തമകൻ കുലീനനായ മനുഷ്യന്റെ പുത്രിയെയും, രണ്ടാമത്തെ മകൻ വ്യാപാരിയുടെ മകളെയും ദുഃഖിതനായ

ഇവാൻ രാജകുമാരൻ തവളയെയും വിവാഹം ചെയ്തു. വിവാഹാനന്തരം ചക്രവർത്തി മൂന്ന് പുത്രന്മാരെയും വിളിച്ചുവരുത്തി. എന്നിട്ട് അവരോട് പറഞ്ഞു: "നിങ്ങളുടെ ഭാര്യമാരിൽ ഏറ്റവും നല്ല തുന്നൽക്കാരി ആരെന്ന് എനിക്കറിയണം. നാളെത്തന്നെ അവരിൽ ഓരോരുത്തരും എനിക്കായി നല്ല കുപ്പായം തുന്നണം." അച്ഛനെ കുമ്പിട്ട് മക്കൾ അവരുടെ ഭാര്യമാരുടെ അടുത്തേക്ക് പോയി. പക്ഷെ, അന്തഃപുരത്തിലെത്തിയ ഇവാൻ രാജകുമാരൻ വളരെ ദുഃഖിതനായി കാണപ്പെട്ടു. നിലത്ത് ചാടിക്കളിച്ചുകൊണ്ടിരുന്ന തവള ചോദിച്ചു.

"നീ വളരെ വിഷമിച്ചിരിക്കുന്നല്ലോ ഇവാൻ രാജകുമാരാ, നിനക്കെന്തെങ്കിലും പ്രശ്നമുണ്ടോ?"

"എന്റെ അച്ഛന് നീ ഒരു കുപ്പായം തുന്നി നൽകണമെന്ന് അദ്ദേഹം കൽപ്പിച്ചിരിക്കുന്നു," രാജകുമാരൻ പറഞ്ഞു.

"വിഷമിക്കേണ്ട രാജകുമാരാ." തവള പറഞ്ഞു. "അങ്ങ് വിശ്രമിക്കൂ. ഉറങ്ങി എണീക്കുമ്പോഴേക്കും എല്ലാം ശരിയാകും."

രാജകുമാരൻ ഉറങ്ങുവാൻ കിടന്നു. പക്ഷെ, തവള ഉമ്മറത്തേക്ക് ചാടിയിറങ്ങി തന്റെ തൊലി ശരീരത്തിൽ നിന്ന് വലിച്ചെറിഞ്ഞു. അവൾ ബുദ്ധിയുള്ള വസിലിസ രാജകുമാരിയായി മാറി. ആ കന്യകയുടെ സൗന്ദര്യം വാക്കുകൾകൊണ്ട് വിവരിക്കുവാൻ പറ്റാത്തതായിരുന്നു. അവൾ കൈകൊട്ടി ഉറക്കെ വിളിച്ചു:

“എന്റെ വിശ്വസ്തരായ പരിചാരകരേ, എനിക്ക് ചുറ്റും വന്ന് ഞാൻ പറയുന്നത് ശ്രദ്ധിക്കൂ. നാളെ പുലരുമ്പോൾ എന്റെ അച്ഛൻ ധരിക്കാറുണ്ടായിരുന്നതുപോലെ മനോഹരമായ ഒരു കുപ്പായം എനിക്ക് കാണാൻ സാധിക്കണം.”

അടുത്തദിവസം രാവിലെ രാജകുമാരൻ ഉണർന്നെണീറ്റപ്പോൾ തവള നിലത്ത് ചാടിക്കളിക്കുന്നത് കണ്ടു. പക്ഷെ ചണത്തുണിയിൽ പൊതിഞ്ഞ ഒരു ഉടുപ്പ് മേശമേൽ അപ്പോൾ ഉണ്ടായിരുന്നു. അദ്ദേഹം സന്തോഷം കൊണ്ട് തുള്ളിച്ചാടി. അദ്ദേഹം കുപ്പായവുമായി അച്ഛന്റെ അടുത്തേക്ക് പോയി. അവിടെ അച്ഛൻ മൂത്തമക്കളിൽ നിന്നും കുപ്പായം സ്വീകരിക്കുന്നതാണ് കണ്ടത്. മൂത്തമകൻ തന്റെ ഭാര്യ നെയ്ത കുപ്പായം കാണിച്ചു. ചക്രവർത്തി അത് സ്വീകരിച്ചിട്ട് പറഞ്ഞു: “സാധാരണ ദിവസങ്ങളിൽ ധരിക്കാനുള്ള കുപ്പായമാണിത്.” രണ്ടാമത്തെ മകൻ കുപ്പായം കാണിച്ചപ്പോൾ ചക്രവർത്തി പുച്ഛിച്ചു.

“കുളിക്കുന്ന സമയത്തണിയാൻ കൊള്ളാം.”

ഇവാൻ രാജകുമാരൻ താൻ കൊണ്ടുവന്ന കുപ്പായം നിവർത്തി കാണിച്ചു. സ്വർണ്ണവും, വെള്ളിയും പ്രത്യേകരീതിയിൽ തുന്നിച്ചേർത്ത് മനോഹരമാക്കിയ ആ കുപ്പായം കണ്ട് ചക്രവർത്തി പ്രഖ്യാപിച്ചു:

“ഇതാണ് ഞാൻ മനസ്സിൽ കണ്ട കുപ്പായം. പ്രത്യേക അവസരങ്ങ ളിൽ ധരിക്കുവാനുള്ളത്.”

മൂത്ത രണ്ടുസഹോദരങ്ങളും വീട്ടിലേക്ക് പോകുന്ന വഴിക്ക് തമ്മിൽ പറഞ്ഞു.

“ഇവാന്റെ ഭാര്യയെ വിലയിരുത്തുന്നതിൽ തിടുക്കം വേണ്ട. അവൾ വെറുമൊരു തവളയല്ല. ഒരു മന്ത്രവാദിനിയാണ്.”

ത്സാർ ചക്രവർത്തി വീണ്ടും മക്കളെ വിളിച്ച് കൽപിച്ചു:

“നിങ്ങൾ ഓരോരുത്തരുടെയും ഭാര്യമാർ എനിക്കു വേണ്ടി രുചിയുള്ള അപ്പമുണ്ടാക്കണം. അവരിൽ ആരാണ് നല്ല പാചകക്കാരിയെന്ന് എനിക്കറിയണം.”

പിതാവിനെ കണ്ട് മടങ്ങിവന്ന ഇവാൻ രാജകുമാരൻ ദുഃഖിതനായിരുന്നു. അത് കണ്ട് തവള ചോദിച്ചു. “അങ്ങെന്താണ് ദുഃഖിച്ചിരിക്കുന്നത്.”

“അച്ഛനുവേണ്ടി നീ രുചിയുള്ള അപ്പം പാചകം ചെയ്യണമെന്നാണ് അദ്ദേഹത്തിന്റെ കൽപ്പന,” ഇവാൻ പറഞ്ഞു.

“വിഷമിക്കേണ്ട രാജകുമാരാ,” തവള പറഞ്ഞു. “അങ്ങ് വിശ്രമിക്കൂ. ഉറങ്ങി എണീക്കുമ്പോഴേക്കും എല്ലാം ശരിയാകും.”

ഇവാന്റെ ഭാര്യയെ പരിഹസിച്ചിരുന്ന മൂത്തമക്കളുടെ ഭാര്യമാരുടെ മനസ്സ് ഇപ്പോൾ മാറിയിരുന്നു. അതുകൊണ്ടുതന്നെ തവള എങ്ങനെയാണ് അപ്പമുണ്ടാക്കുന്നത് എന്ന രഹസ്യമറിയാൻ അവർ വൃദ്ധയായ ഒരു അടുക്കളക്കാരിയെ നിയോഗിച്ചു. ഈ പദ്ധതി മനസ്സിലാക്കിയ ബുദ്ധിമതിയായ തവള കല്ലടുപ്പിന് മുകളിൽ ഒരു ദ്വാരമുണ്ടാക്കി കുഴച്ച

മാവ് അതിലേക്ക് ഒഴിച്ചു. ഒളിച്ചിരുന്ന് ഇത് കണ്ട വൃദ്ധ മൂത്തസഹോദരങ്ങളുടെ വീട്ടിലേക്ക് ഓടി താൻ കണ്ടതെല്ലാം വിവരിച്ചു. സഹോദരന്മാരുടെ ഭാര്യമാരും അതുപോലെ അപ്പമുണ്ടാക്കി.

ഇവാൻ രാജകുമാരൻ ഉറങ്ങിയപ്പോൾ തവള ഉമ്മറത്തേക്ക് ചാടി. ബുദ്ധിമതിയായ വസിലിസ രാജകുമാരിയായി മാറി. എന്നിട്ട് കൈകൊട്ടി വിളിച്ചു. "എന്റെ വിശ്വസ്തരായ പരിചാരകരേ, എനിക്ക് ചുറ്റും വന്ന് ഞാൻ പറയുന്നത് ശ്രദ്ധിക്കൂ. നാളെ പുലരുമ്പോൾ ഞാൻ അച്ഛനോടൊപ്പം കഴിക്കാറുണ്ടായിരുന്നതുപോലുള്ള അപ്പം എന്റെ മുന്നിലുണ്ടാകണം."

പിറ്റേദിവസം രാജകുമാരൻ ഉണർന്നെണീറ്റപ്പോൾ അപ്പക്കഷണങ്ങൾ തീൻമേശയിൽ കണ്ടു. അത് മനോഹരമായി അലങ്കരിച്ചിരുന്നു. അതിന്റെ മുകളിൽ ചുവരുകളും വാതിലുകളുമുള്ള ഒരു പട്ടണത്തിന്റെ മാതൃകയും ചെയ്തിരിക്കുന്നു.

ഇവാൻ സന്തോഷവാനായി. ചണസഞ്ചിയിൽ പൊതിഞ്ഞ അപ്പവുമായി അയാൾ അച്ഛന്റെ അടുത്തെത്തി. ചക്രവർത്തി തന്റെ മറ്റ് രണ്ടുമക്കളിൽ നിന്നും അപ്പം സ്വീകരിക്കുന്നതാണ് കണ്ടത്. പക്ഷെ, വൃദ്ധ പറഞ്ഞതനുസരിച്ച് അടുപ്പിൽ മാവ് കലക്കി ഒഴിച്ച് അവരുടെ ഭാര്യമാർക്ക് കരിക്കട്ട മാത്രമെ അധ്വാനഫലമായി ഉണ്ടാക്കുവാൻ കഴിഞ്ഞിരുന്നുള്ളൂ. സാർ ചക്രവർത്തി അവ എടുത്ത് നോക്കി. എന്നിട്ട് ഉടൻ തന്നെ വാല്യക്കാരുടെ താവളത്തിലേക്ക് കൊടുത്തയച്ചു. എന്നാൽ ഇവാൻ കൊടുത്ത ഭക്ഷണം കണ്ട് ചക്രവർത്തി പറഞ്ഞു:

“ഇത് നല്ല രുചിയുള്ളതാണ്. വിശിഷ്ടദിനങ്ങളിൽ കഴിക്കേണ്ടതാണ്.”

അടുത്ത ദിവസം ചക്രവർത്തി ഒരു വിരുന്നൊരുക്കി. മക്കളോടെല്ലാം ഭാര്യമാരുമായി വിരുന്നിൽ പങ്കെടുക്കാൻ അദ്ദേഹം കൽപിച്ചു. തന്റെ തവളഭാര്യ വിരുന്നിൽ പങ്കെടുക്കുന്നതോർത്ത് ഇവാൻ രാജകുമാരൻ വിഷണ്ണനായി. തലകുനിച്ച് രാജകുമാരൻ വീട്ടിലെത്തി. പതിവുപോലെ തവള തറയിൽ ചാടിക്കളിക്കുകയായിരുന്നു. അവനെ കണ്ട തവള ചോദിച്ചു.

“ഇവാൻ രാജകുമാരാ, എന്താണ് ദുഃഖിതനായിരിക്കുന്നത്? നിനക്കിഷ്ടമില്ലാത്തതെന്തെങ്കിലും നിന്റെ അച്ഛൻ പറഞ്ഞുവോ?”

“വിഷമിക്കാതെ ഞാനെന്ത് ചെയ്യും? എന്റെ അച്ഛൻ നിന്നെ നാളത്തെ വിരുന്നിൽ പങ്കെടുപ്പിക്കുവാൻ കൽപിച്ചിരിക്കുന്നു. നിന്നെ എങ്ങനെയാണ് ആൾക്കാരുടെ മുന്നിൽ കാണിക്കുക.”

പക്ഷെ തവള പറഞ്ഞു:

“വിഷമിക്കേണ്ട രാജകുമാരാ, നീ വിരുന്നിന് പൊയ്ക്കൊള്ളൂ. ഞാൻ പിന്നാലെ എത്താം. അവിടെ ഒരു ഇടിമുഴക്കം കേൾക്കും. നീ ഭയപ്പെടരുത്. ആരെങ്കിലും നിന്നോട് അതിന്റെ അർത്ഥം ചോദിച്ചാൽ “അതെന്റെ പ്രിയപ്പെട്ട തവള വണ്ടിയിലേറി വരുകയാണെന്ന് മാത്രം പറയുക.” അങ്ങനെ ഇവാൻ ഒറ്റയ്ക്ക് വിരുന്നിൽ പങ്കെടുക്കുവാനെത്തി. അവന്റെ മൂത്ത സഹോദരന്മാരുടെ ഭാര്യമാർ മനോഹരങ്ങളായ വേഷം ധരിച്ച് ആഭരണങ്ങളണിഞ്ഞ്, ചായം പൂശി സുന്ദരമാക്കിയ മുഖത്തോടെ അവിടെയെത്തി. ഇവാനെ കളിയാക്കി അവർ ചോദിച്ചു:

“നീ എന്താ നിന്റെ ഭാര്യയെ കൂട്ടി വരാത്തത്? ഒരു തുവാലയിൽ പൊതിഞ്ഞ് അവളെ കൊണ്ടുവരാമായിരുന്നു. നീ എവിടെയാണ് അവളെ കണ്ടെത്തിയത്? ചതുപ്പുനിലങ്ങളിലെല്ലാം നീ അവളെ തേടി അലഞ്ഞുകാണും.” ചക്രവർത്തിയും, മക്കളും, അവരുടെ ഭാര്യമാരും, അതിഥികളും തീൻമേശക്കുചുറ്റുമിരുന്നു. അവർ സൽക്കാരം തുടങ്ങുന്നതിനു തൊട്ടുമുമ്പ് വലിയ ഒച്ചയോടെ ഒരു ഇടിമുഴക്കമുണ്ടായി. അതിന്റെ ശക്തി യിൽ ആ സ്ഥലം കുലുങ്ങി. അമ്പരന്ന അതിഥികൾ കസേരകളിൽ നിന്നും ചാടി എണീറ്റു. പക്ഷെ ഇവാൻ രാജകുമാരൻ പറഞ്ഞു: “പേടിക്കേണ്ട. ഇത് എന്റെ തവളയുടെ ആഗമനമാണ്.

അവൾ ഒരു വണ്ടിയിൽ വരുകയാണ്.” ആ സമയം ആറ് വെള്ളകുതിരകളെ പൂട്ടിയ ഒരു സ്വർണ്ണരഥം ചക്രവർത്തിയുടെ വാതിലിനുമുന്നിലെത്തി. അതിൽ നിന്നും ബുദ്ധിമതിയായ വസിലിസ രാജകുമാരി പുറത്തിറങ്ങി. നക്ഷത്രങ്ങൾ തുന്നിച്ചേർത്ത് ആകാശവർണ്ണത്തിലുള്ള കുപ്പായമാണ് അവൾ ധരിച്ചിരുന്നത്. തലയിൽ പുഷ്പകിരീടം വച്ചുവന്ന അവളുടെ സൗന്ദര്യം കണ്ട് അതിഥികൾ ഇമവെട്ടാതെ നോക്കിയിരുന്നു. തന്റെ കൈപിടിച്ച് രാജകുമാരിയെ ഇവാൻ രാജകുമാരൻ തീൻമേശക്കരികിലേക്ക് കൂട്ടിക്കൊണ്ടുപോയി. അതിഥികൾ ആഹാരം കഴിക്കുവാനും കുടിക്കുവാനും വിരുന്ന് ആനന്ദകരമാക്കുവാനും തുടങ്ങി. ബുദ്ധിമതിയായ വസിലിസ കുറച്ച് വീഞ്ഞ് രുചിച്ച് നോക്കി ബാക്കി ഇടതുകുപ്പായ കൈകളിലിട്ടു. തീൻമേശയിൽ വിളമ്പിവച്ചിരുന്ന അരയന്നത്തിന്റെ ഇറച്ചിയിൽ നിന്നും ഒരു ചെറിയ കഷണം രുചിച്ച് നോക്കി. അതിന്റെ എല്ല് വലതുകുപ്പായ കൈകളിലിട്ടു. ഇതുകണ്ട മൂത്തസഹോദരന്മാരുടെ ഭാര്യമാർ അതുപോലെ ചെയ്തു.

ഭക്ഷണശേഷം നൃത്തം തുടങ്ങിയപ്പോൾ വസിലിസ രാജകുമാരി ഇവാൻ രാജകുമാരന്റെ കൈപിടിച്ച് നൃത്തം ചെയ്യാൻ തുടങ്ങി. മനോഹരമായ അവളുടെ ചുവടുവയ്പ്പ് കണ്ട് അതിഥികൾ ആശ്ചര്യപ്പെട്ടു. അതിനിടയിൽ വസിലിസ രാജകുമാരി ഇടത് കുപ്പായക്കൈ വീശിയപ്പോൾ ആ മുറിയിൽ ഒരു തടാകം രൂപപ്പെട്ടു. വലത്തെ കുപ്പായക്കൈ വീശിയപ്പോൾ ആ തടാകത്തിൽ ഒരു വെളുത്ത അരയന്നം നീന്തിത്തുടിച്ചു. സാർ ചക്രവർത്തിയും അതിഥികളും വിസ്മയിച്ചു.

അതിനുശേഷം മൂത്തസഹോദരന്മാരുടെ ഭാര്യമാരും നൃത്തം ചെയ്തു. പക്ഷെ അവർ ഒരു കുപ്പായക്കൈ വീശിയപ്പോൾ അതിഥികളുടെ മുഖത്ത് വീഞ്ഞ് തെറിച്ചു. മറ്റെ കൈ വീശിയപ്പോൾ ചക്രവർത്തിയുടെ മുഖത്ത് എല്ലിൻ കഷണം പതിച്ചു. ദേഷ്യം വന്ന അദ്ദേഹം രണ്ടുമക്കളെയും ഭാര്യമാരെയും പുറത്താക്കി.

ഇതിനിടയിൽ വിരുന്ന് മുറിയിൽനിന്ന് പുറത്തിറങ്ങി ഇവാൻ രാജകുമാരൻ വീട്ടിലേക്കോടി. ഉമ്മറത്ത് കിടന്നിരുന്ന തവളയുടെ തൊലി കണ്ട് അവൻ അത് തീയിലെറിഞ്ഞു കത്തിച്ചു. വീട്ടിൽ തിരിച്ചെത്തിയ വസിലിസ തവളയുടെ തൊലി നഷ്ടപ്പെട്ടതായി അറിഞ്ഞു. ഒരു ചാരുപടിയിലിരുന്ന് അവൾ വിഷമത്തോടെ ഭർത്താവിനോട് പറഞ്ഞു:

"ഓ രാജകുമാരാ... നീ എന്താണ് ചെയ്തത്. ഒരു മൂന്നുദിവസം കൂടി കാത്തിരിക്കുവാൻ നിനക്കാകുമായിരുന്നില്ലേ? ഇപ്പോൾ എനിക്ക് പോകുവാൻ അനുമതി നൽകിയേ മതിയാകുകയുള്ളൂ. ഒൻപത് ദേശവും മൂന്ന് സമയക്രമവും കഴിഞ്ഞുള്ള പതിമ്മൂന്നാം രാജ്യത്ത് എന്നെ തേടി നിനക്ക് വരാം. അവിടെ നിനക്കെന്നെ ദുഷ്ടനായ കഷ്യേയുടെ തടവറയിൽ കണ്ടെത്താം." എന്നിട്ട് അവൾ ചാരനിറത്തിലുള്ള കുയിലായി ജനാലയിലൂടെ പറന്നുപോയി. രാജകുമാരൻ ശരിക്കും കരഞ്ഞുപോയി. ലോകത്തിന്റെ നാലുദിശകളിലും ബുദ്ധിമതിയായ വസിലിസ രാജകുമാരിയെ തേടി അയാൾ അലഞ്ഞു. വളരെ നീണ്ട ആ അന്വേഷണം കാരണം രാജകുമാരന്റെ കാൽചട്ടകളുടെ കെട്ടഴിഞ്ഞു. കുപ്പായം കീറിപ്പറിഞ്ഞു. ചീത്തയായ തലപ്പാവിലൂടെ മഴവെള്ളം ഊർന്നിറങ്ങി. വളരെ നീണ്ട അലച്ചിലിനുശേഷം ഇവാൻ ഒരു വൃദ്ധനെ കണ്ടുമുട്ടി. അയാൾ രാജകുമാരനോട് ചോദിച്ചു:

"യുവാവേ, നീ എന്താണ് അന്വേഷിക്കുന്നത്? നീ എവിടെയാണ് പോകുന്നത്?"

എങ്ങനെയാണ് തനിക്ക് ഭാര്യയെ നഷ്ടപ്പെട്ടതെന്നും ഇപ്പോൾ അവളെ അന്വേഷിക്കുകയാണെന്നും ഇവാൻ പറഞ്ഞു.

"രാജകുമാരാ, ആ തവളയുടെ തൊലി കത്തിച്ചുകളയുവാൻ നിന്നെ പ്രേരിപ്പിച്ചത് എന്താണ്? അത് അണിയിക്കുകയോ എടുത്തുകളയുകയോ ചെയ്യേണ്ട ആവശ്യം നിനക്കുണ്ടായിരുന്നില്ല. വസിലിസ തന്റെ പിതാവിനെക്കാളും ബുദ്ധിയുള്ളവളും ജ്ഞാനമുള്ളവളുമായാണ് ജനിച്ചത്. അതിൽ അസ്വസ്ഥനായ അദ്ദേഹം അവൾ മൂന്നുവർഷം തവളയായി ജീവിക്കട്ടെ എന്ന് ശപിച്ചു. എന്തായാലും നീ ചെയ്ത തെറ്റ് ഇനി തിരുത്തുവാൻ കഴിയില്ല. ഈ പന്തെടുത്തുകൊള്ളൂ. ഇത് എവിടേയ്ക്കൊക്കെ ഉരുളുന്നുവോ; ധൈര്യമായി അതിന്റെ പുറകെ പോകുക," വൃദ്ധൻ പറഞ്ഞു.

വൃദ്ധനോട് നന്ദി പറഞ്ഞ് രാജകുമാരൻ പന്തിനുപുറകെ നടന്നു തുടങ്ങി. പന്ത് ഉരുണ്ടുകൊണ്ടേയിരുന്നു. അവൻ പിന്നാലെയും. ഒരു ഗ്രാമത്തിൽ അവനൊരു കരടിയെ കണ്ടുമുട്ടി. അവൻ അമ്പുകുലച്ച് അതിനെ കൊല്ലാനൊരുങ്ങി. പക്ഷെ കരടി മനുഷ്യനെപ്പോലെ സംസാരിക്കാൻ തുടങ്ങി.

"എന്നെ കൊല്ലരുതേ ഇവാൻ രാജകുമാരാ... ഒരുനാൾ എനിക്കുനിന്നെ സഹായിക്കാനാകും". രാജകുമാരന് കരടിയിൽ ദയ തോന്നി. അതിനെ കൊല്ലാതെ വെറുതെ

വിട്ടു. എന്നിട്ട് അവൻ മുന്നോട്ട് നടന്നു. തലക്ക് മുകളിൽ ഒരു താറാവ് പറന്നു പോകുന്നത് അവൻ കണ്ടു. അതിനെ കൊല്ലുവാനായി അവൻ അമ്പെടുത്തു. പക്ഷെ ആ താറാവ് മനുഷ്യനെപ്പോലെ സംസാരിച്ചു.

"എന്നെ കൊല്ലരുതേ ഇവാൻ രാജകുമാരാ... ഒരുനാൾ എനിക്ക് നിന്നെ സഹായിക്കാനാകും." അവൻ ആ താറാവിനെ വെറുതെവിട്ടു. എന്നിട്ട് മുന്നോട്ട് നടന്നു. ഒരു നീലക്കടലിനടുത്തെത്തിയ അവൻ ഒരു ഉലക്കമീൻ തീരത്ത് കിടക്കുന്നത് കണ്ടു. ശ്വസിക്കുവാൻ പോലും കഴിയാത്ത ആ മത്സ്യം അവനോട് പറഞ്ഞു:

"ഇവാൻ രാജകുമാരാ... എന്നോട് ദയവുണ്ടാകണം. നീ എന്നെ തിരിച്ച് വെള്ളത്തിലേക്ക് എറിയൂ...." രാജകുമാരൻ ആ ഉലക്കമീനിനെ വെള്ളത്തിലേക്ക് എറിഞ്ഞ ശേഷം തീരത്ത് കൂടി ഉരുണ്ടുപോകുന്ന പന്തിനെ പിന്തുടർന്നു. അവസാനംആ പന്ത് ഉരുണ്ടുരുണ്ട് ഒരു കാട്ടിനുള്ളിലെത്തി. കോഴിക്കാലിൽ നിന്നുതിരിയുന്ന ചെറിയ കുടിൽ കണ്ടു. അവൻ കുടിലിനോടു പറഞ്ഞു: "ചെറിയ കുടിലേ, നീ നിർമ്മിക്കപ്പെട്ടതുപോലെ കാടിനെ പിന്തിരിഞ്ഞ് എനിക്ക് അഭിമുഖമായി നിൽക്കൂ..."

ചെറിയ കുടിൽ അവന് അഭിമുഖമായി നിന്നു. അവൻ അതിനുള്ളിൽ കടന്നപ്പോൾ വൃദ്ധയായ ഒരു മന്ത്രവാദിനിയെ കണ്ടു.

“നീ എന്തിനാ യുവാവേ എന്നെ സന്ദർശിക്കുവാൻ വന്നത്, നീ ഭാവി അറിയാൻ വന്നതോ അതോ അതിൽ നിന്നും ഒളിച്ചോടാൻ വന്നതോ,” മന്ത്രവാദി ചോദിച്ചു.

“ഏയ് കിളവി,” രാജകുമാരൻ ഉത്തരം പറഞ്ഞു. “എന്നോട് ചോദ്യങ്ങൾ ചോദിക്കുന്നതിനുമുമ്പ് നീ എനിക്ക് ഭക്ഷണവും പാനീയവും കുളിക്കാനുള്ള സൗകര്യവും ഒരുക്കുക.”

വയസ്സായ മന്ത്രവാദിനി കുളിക്കാനുള്ള വെള്ളവും, ആഹാരവും, പാനീയവും നൽകി. അപ്പോൾ രാജകുമാരൻ താൻ തന്റെ ഭാര്യ ബുദ്ധിമതിയായ വസിലിസ രാജകുമാരിയെ അന്വേഷിച്ചിറങ്ങിയതാണെന്ന് പറഞ്ഞു. “എനിക്കറിയാം, എനിക്കറിയാം. നിന്റെ ഭാര്യ മരണമില്ലാത്ത കഷ്യേയുടെ കൂടെയാണ്. അവനിൽ നിന്നും അവളെ രക്ഷിക്കുവാൻ പ്രയാസമാണ്. കഷ്യേയോട് മത്സരിക്കുന്നത് എളുപ്പമായിരിക്കില്ല. ഒരു സൂചിയുടെ അറ്റത്താണ് അവന്റെ മരണം. സൂചി ഒരു മുട്ടക്കുള്ളിലും, മുട്ട ഒരു താറാവിന്റെ വയറ്റിലും, താറാവ് ഒരു മുയലിനുള്ളിലുമാണ്. മുയൽ ഇരിക്കുന്നതാകട്ടെ ഉയരമുള്ള ഒരു ഓക്കു മരത്തിലെ പേടകത്തിലും. കൺമണി സൂക്ഷിക്കുന്നതുപോലെയാണ് കഷ്യേയുടെ മരണമില്ലാത്ത കാവൽക്കാർ ആ മരത്തിലെ പെട്ടിയെ സൂക്ഷിക്കുന്നത്.

ഇവാൻ രാജകുമാരൻ രാത്രി ആ മന്ത്രവാദിനിയുടെ കുടിലിൽ തങ്ങി. അടുത്ത ദിവസം രാവിലെ മന്ത്രവാദിനി രാജകുമാരനോട് ഓക്കുമരം വളരുന്ന സ്ഥലം എവിടെയാണെന്ന് പറഞ്ഞു കൊടുത്തു. എത്തിപ്പിടിക്കുവാൻ കഴിയുന്നതിലും വളരെ ഉയരത്തിലായിരുന്നു ആ മരം. പെട്ടെന്ന് ഒരു കരടി വന്ന് ആ മരത്തെ വേരോടെ പിഴുതെറിഞ്ഞു. ആ സമയം മരത്തിൽനിന്നും ഒരുപെട്ടി താഴെ വീണ് ചിതറി. അതിൽ നിന്നും ഒരു മുയൽ പുറത്തുചാടി ഓടി. പെട്ടെന്ന് വേറൊരു മുയൽ ഓടിവന്ന് ആദ്യത്തെ മുയലിനെ കടിച്ചുകീറി പത്തുകഷണങ്ങളാക്കി. ആ കഷണങ്ങളിൽ നിന്ന് ഒരു താറാവ് രൂപം കൊണ്ട് പറന്നുപോയി. അപ്പോഴത്തേക്കും വേറൊരു താറാവ് പറന്ന് അതിനെ തടുത്തു. ഈ സമയത്ത് ആദ്യത്തെ താറാവിൽനിന്നും ഒരു മുട്ട താഴെയുള്ള നീലക്കടലിൽ പതിക്കുന്നത് ഇവാൻ രാജകുമാരൻ കണ്ടു.

ആ കാഴ്ച ഇവാൻ രാജകുമാരനെ കണ്ണീരിലാഴ്ത്തി. ആ കടലിൽ എവിടെയാണ് മുട്ടയെ കണ്ടെത്തുക? പക്ഷെ അപ്രതീക്ഷിതമായി ഒരു മത്സ്യം വായിൽ പിടിച്ച ഒരു മുട്ടയുമായി തീരത്തേക്ക് ഉയർന്നുവന്നു. രാജകുമാരൻ മുട്ട പൊട്ടിച്ച് സൂചിയടുത്ത് അതിന്റെ അറ്റം ഒടിച്ചു. രാജകുമാരൻ സൂചിയൊടിച്ചപ്പോൾ മരണമില്ലാത്ത കഷ്യേ വേദനകൊണ്ട് പുളഞ്ഞു. പക്ഷെ ആ ദുഷ്ടന് ഒന്നും ചെയ്യാൻ കഴിയുമായിരുന്നില്ല. രാജകുമാരൻ സൂചിയുടെ മുന പൊട്ടിച്ച് കളഞ്ഞപ്പോൾ കഷ്യേ മരിച്ചു.

ഇവാൻ രാജകുമാരൻ കഷ്യേയുടെ വെള്ളക്കല്ലുകൊണ്ടു പണിത കൊട്ടാരത്തിലേക്ക് ഓടി. രാജകുമാരനെ കണ്ട വസിലിസ രാജകുമാരി പുറത്തേക്ക് ഓടിവന്ന് അവനെ ചുംബിച്ചു. അങ്ങനെ ഇവാൻ രാജകുമാരനും വസിലിസ രാജകുമാരിയും കൊട്ടാരത്തിൽ തിരിച്ചെത്തി സന്തോഷത്തോടെ വളരെ നാൾ ജീവിച്ചു.

മഞ്ഞ് മുത്തപ്പൻ

റഷ്യയിലെ ഒരു ഗ്രാമത്തിൽ ഒരു പെൺകുട്ടി അവളുടെ രണ്ടാനമ്മയുടെ കൂടെ താമസിച്ചിരുന്നു. അവളുടെ വളർത്തമ്മക്കാകട്ടെ സ്വന്തമായൊരു മകളുമുണ്ടായിരുന്നു. സ്വന്തം മകൾ ആ അമ്മയ്ക്ക് ഏറ്റവും പ്രിയപ്പെട്ടവളായിരുന്നു എന്നു മാത്രമല്ല, അവൾ ചെയ്യുന്ന കാര്യങ്ങളെ പ്രോത്സാഹിപ്പിക്കുവാനും, പുകഴ്ത്തുവാനും, തലോടാനും ആ അമ്മ മുന്നിലുണ്ടായിരുന്നു. പക്ഷെ എന്തു നല്ല കാര്യം ചെയ്താലും വളർത്തുമകളോട് നല്ലവാക്ക് പറയാൻ അവർ തയ്യാറായിരുന്നില്ല. അവൾക്കെന്നും അപമാനം മാത്രം കിട്ടിയിരുന്നു. വീശിവരുന്ന കാറ്റ് ചില നിമിഷങ്ങളിലെങ്കിലും നിൽക്കും, എന്നാൽ ഒരു ദുഷ്ടസ്ത്രീക്ക് ദുഷ്ടത നിറുത്താൻ അറിയില്ല. ഒരു തെളിച്ചമുള്ള തണുത്ത ദിനത്തിൽ രണ്ടാനമ്മ തന്റെ ഭർത്താവിനോട് പറഞ്ഞു:

“മനുഷ്യാ, എന്റെ കണ്ണിന്റെയും ചെവിയുടെയും അടുത്തു നിന്ന് നിങ്ങളുടെ മകളെ ദൂരേക്ക് കൊണ്ടുപോകൂ. തന്റെ വങ്കത്തരം കാരണം അവളെ നല്ല ആൾക്കാരുടെ അടുത്തേക്ക് കൊണ്ടുപോകരുത്. മറിച്ച് വിശാലമായ മഞ്ഞിൽ ഒഴിഞ്ഞ സ്ഥലത്തെത്തിക്കണം.”

ആ വയസ്സായ അച്ഛൻ വിഷമിച്ചു കരഞ്ഞു. എങ്കിലും മഞ്ഞിൽ തെന്നിയോടുന്ന കുഞ്ഞുവണ്ടിയിൽ അവളെയിരുത്തി. തണുപ്പിൽ നിന്ന് രക്ഷിക്കുവാൻ ആട്ടിൻരോമം കൊണ്ടുണ്ടാക്കിയ കമ്പിളിയുടുപ്പ് അവളെ പുതപ്പിക്കുവാൻ അയാൾ ആഗ്രഹിച്ചുവെങ്കിലും ചെയ്തില്ല. തന്റെ ഭാര്യ ജനാല വഴി അതു കാണുമോ എന്ന ഭയമായിരുന്നു അയാൾക്ക്. അയാൾ തന്റെ പ്രിയപുത്രിയുമായി കാട്ടിലേക്ക് തിരിച്ചു. മരങ്ങൾക്കിടയിൽ അവളെ തനിച്ചാക്കി അയാൾ വേഗത്തിൽ തിരിച്ച് യാത്രയായി. നല്ലവനായ ആ മനുഷ്യന് തന്റെ മകളുടെ മരണം കാണുവാനുള്ള കരുത്ത് ഉണ്ടായിരുന്നില്ല. ഒറ്റക്ക്, തീരെ ഒറ്റക്ക് ആയിപ്പോയി ആ പെൺകുട്ടി. പേടിച്ചുപോയ അവൾ തന്റെ കുഞ്ഞുമനസ്സിനറിയാവുന്ന രീതിയിലെല്ലാം പ്രാർത്ഥിച്ചു.

മഞ്ഞ് മുത്തപ്പൻ, ആ സ്ഥലത്തെ പ്രമാണി. വളരെ നീളത്തിലുള്ള വെള്ളത്താടിയുമായി, തിളക്കമുള്ള കിരീടം തലയിൽ ചൂടി അവിടേക്ക് നടന്ന് നടന്ന് വന്ന് സുന്ദരിയായ അതി ഥിയെ നോക്കി ചോദിച്ചു.

“നിനക്ക് എന്നെയറിയാമോ കന്യകേ?, എന്നെ, ഈ ചുമന്ന മൂക്കുള്ള മഞ്ഞ് മുത്തപ്പനെ?”

"സ്വാഗതം മഞ്ഞ് മുത്തപ്പാ", ആ കൊച്ചുമിടുക്കി മൃദുവായി പറഞ്ഞു. "എന്റെ ഈ പാപപങ്കിലമായ ആത്മാവിലേക്ക് ദൈവമാണ് അങ്ങനെ അയച്ചത്."

"നിനക്ക് ബുദ്ധിമുട്ടൊന്നുമില്ലല്ലോ മിടുക്കി?" അവളുടെ രൂപത്തിലും, പെരുമാറ്റത്തിലും ഏറെ ആകൃഷ്ടനായ മഞ്ഞ് മുത്തപ്പൻ ചോദിച്ചു.

"എനിക്ക് അസൗകര്യമൊന്നുമില്ല പ്രിയപ്പെട്ട മഞ്ഞ് മുത്തപ്പാ". തണുപ്പിൽ ശ്വസിക്കാൻ പോലും കഴിയാതിരുന്നിട്ടും അവൾ പറഞ്ഞൊപ്പിച്ചു.

പക്ഷെ മഞ്ഞ് മുത്തപ്പൻ മനുഷ്യന്റെ കുറവുകളെക്കുറിച്ച് നന്നായി മനസ്സിലാക്കിയിരുന്നു. നല്ലവരും ദയാലുക്കളുമായ ആൾക്കാരുണ്ടെങ്കിലും ഒരാൾക്കും മഞ്ഞിന്റെ ശക്തിയെ തടുക്കാനാകില്ലായെന്ന് അദ്ദേഹത്തിനറിയാമായിരുന്നു. ആ കൊച്ചുകുട്ടിയുടെ സ്വഭാവത്തിൽ ആകൃഷ്ടനായതിനാൽ മറ്റുള്ളവരിൽ നിന്നും വ്യത്യസ്തമായി അവളോടു പെരുമാറുവാൻ അദ്ദേഹം തീരുമാനിച്ചു. മഞ്ഞ് മുത്തപ്പൻ അവൾക്ക് വസ്ത്രങ്ങളും ആഭരണങ്ങളും നൽകി.

അവൾ അതെല്ലാമണിഞ്ഞപ്പോൾ ഒരു കുഞ്ഞുമാലാഖയെപ്പോലെ സുന്ദരിയായി. സൂര്യൻ പോലും അവളെ നോക്കി പുഞ്ചിരിച്ചു.

ആ സമയത്ത് അവളുടെ വളർത്തമ്മ അടുക്കളയിൽ തിരക്കിലായിരുന്നു. മരണവീട്ടിൽ എത്തുന്നവർക്ക് ആചാരപ്രകാരം ഒരുക്കാറുള്ള വിരുന്നിനായി പലഹാരമുണ്ടാക്കുകയായിരുന്നു അവർ.

"ഏയ് മനുഷ്യാ," അവർ ഭർത്താവിനോടായി പറഞ്ഞു. "ആ കാട്ടിൽ പോയി നിങ്ങളുടെ മകളുടെ വിറങ്ങലിച്ച മൃതദേഹം കൊണ്ടുവരൂ. അത് നമുക്കിവിടെ അടക്കം ചെയ്യാനുള്ളതാണ്."

ആ പാവം വയസ്സൻ പുറത്തുപോയി.

പുറത്ത് മൂലയിൽ കിടന്ന പട്ടിക്കുട്ടി വാലാട്ടിക്കൊണ്ടു പറഞ്ഞു:

“ബൗ - വൗ... ബൗ വൗ... ആ വയസ്സന്റെ മകൾ വീട്ടിലേക്കു ള്ള വഴിയിൽ മുൻപത്തേക്കാൾ സുന്ദരിയും സന്തോഷവതിയുമായും, കിളവിയുടെ മകൾ കുബുദ്ധിയായും തുടരും.... പഴയപോലെ.”

“വങ്കത്തരം പറയാതെ അടങ്ങി യിരിക്ക് മൃഗമേ,” ആ ദുഷ്ട, പാവം നായയെ വടികൊണ്ട് അടിച്ചു.

“ഈ പലഹാരം കഴിക്ക്. എന്നിട്ട് പറയൂ... ആ വയസ്സായ സ്ത്രീയുടെ മകൾ ഉടൻ വിവാഹിതയാ കും. കിളവന്റെ മകൾ ഉടൻ അടക്കം ചെയ്യപ്പെടും.” എന്നാൽ ആ നായ്ക്കുട്ടി പലഹാരം കഴിച്ചിട്ട് വീണ്ടും പറഞ്ഞു.

“ബൗ - വൗ... ബൗ - വൗ... മുൻപത്തേക്കാളും സമ്പന്നയും സന്തോഷവതിയുമായി ആ വയസ്സ ന്റെ മകൾ വരും. കിളവിയുടെ മകൾ വീട്ടിൽ പഴയതുപോലെ കുബുദ്ധിയായി തുടരും.” വൃദ്ധ രോഷം കൊണ്ട് നായ്ക്കുട്ടിയെ തുറിച്ച് നോക്കി. വൃദ്ധയുടെ ചവിട്ടിന്റെ വേദനയിലും, പലഹാരത്തിന്റെ രുചിയിലും നായ് പഴയ ചൊല്ല് തന്നെ ആവർത്തിച്ചു.

ആരോ ഗേറ്റ് തുറന്നു. പുറത്ത് ചിരിയുടെയും വർത്തമാനത്തിന്റെയും ശബ്ദം കേൾക്കാം. പുറത്തേക്ക് നോക്കിയ വൃദ്ധ ആശ്ചര്യത്തോടെ ഇരുന്നു. മനോഹരമായ ഉടുപ്പിട്ട്, തെളിച്ചമുള്ള മുഖത്തോടെ, സന്തോഷവതിയായ ഒരു രാജകുമാരിയെ പോലെ വളർത്തുമകൾ. അവളുടെ പുറകിലായി വയസ്സനായ അച്ഛൻ, വിലപിടിപ്പുള്ള സമ്മാന ങ്ങളടങ്ങിയ പെട്ടി താങ്ങാ നാകാതെ കഷ്ടപ്പെടുന്നു.

“ഏയ് കിളവാ,” രണ്ടാനമ്മ അശാന്തയായി വിളിച്ചു പറഞ്ഞു. “നമ്മുടെ ഏറ്റവും നല്ല കുതിരകളെ, ഏറ്റവും പുതിയ മഞ്ഞ് വാഹനത്തിൽ പൂട്ടി എന്റെ മകളേയും ആ വനത്തിലേക്ക് കൊണ്ടുപോകൂ...”

വയസ്സൻ പതിവുപോലെ ഭാര്യയെ അനുസരിച്ചു. തന്റെ വളർത്തുമകളെ - ആ കിളവിയുടെ കുബുദ്ധിയായ പുത്രിയെ പഴയ കാട്ടിൽ കൊണ്ടുപോയി ഉപേക്ഷിച്ചു.

മഞ്ഞ് മുത്തപ്പനവിടെയുണ്ടായിരുന്നു. അദ്ദേഹം പുതിയ അതിഥിയെ നോക്കി.

“നിനക്ക് സൗകര്യക്കുറവൊന്നുമില്ലല്ലോ കന്യകേ?” ചുവന്ന മൂക്കുള്ള ആ പ്രമാണി ചോദിച്ചു.

“എന്നെ ഒറ്റക്ക് വിട്ടു,” ദേഷ്യത്തോടെ പെൺകുട്ടി ഉത്തരം നൽകി. “തണുപ്പിനാൽ എന്റെ കാലുകളും കൈകളും മരവിച്ചത് നിങ്ങൾക്ക് കാണാനാകുന്നില്ലേ?” കുറച്ചുനേരം കൂടി മഞ്ഞ് മുത്തപ്പൻ ചോദ്യങ്ങൾ ചോദിച്ചുകൊണ്ടിരുന്നു. പക്ഷെ മര്യാദയോടെയുള്ള ഒരു ഉത്തരവും ലഭിക്കാത്തതിനാൽ ദേഷ്യം വന്ന മഞ്ഞ് മുത്തപ്പൻ അവളെ മരവിപ്പിച്ച് മരണത്തിലേക്ക് വിട്ടു.

“കിളവാ, എന്റെ മകളെ തിരിച്ച് കൊണ്ടുവരൂ. നല്ല കുതിരകളെ കൊണ്ടുപോകൂ. ശ്രദ്ധിക്കണം മഞ്ഞ് വണ്ടി ശ്രദ്ധയോടെ ഓടിക്കണം. സമ്മാനമടങ്ങിയ പെട്ടി കളയരുത്,”ആ സ്ത്രീ പറഞ്ഞു.

മൂലയിലിരുന്ന നായ്ക്കുട്ടി പറഞ്ഞു.

“ബൗ വൗ... ബൗ വൗ... ആ വയസ്സന്റെ മകൾക്ക് ഉടൻ കല്യാണം. കിളവിയുടെ മകൾക്ക് ഉടൻ അന്ത്യകർമ്മം.”

“കള്ളം പറയരുത്, ഇതാ നിന്റെ പലഹാരം ഭക്ഷിച്ചിട്ട് പറയ്. വയസ്സിയുടെ മകൾ സ്വർണ്ണവും, വെള്ളിയും ധരിച്ച് ഉടനെയെത്തും.”

വാതിൽ തുറന്നു കിളവി പുറത്തേക്ക് ഓടി. അവളുടെ മകളുടെ മരവിച്ച ചുണ്ട് ചുംബിച്ച് തേങ്ങിക്കരഞ്ഞു. പക്ഷെ സഹായിക്കാനാരുമുണ്ടായില്ല. തന്റെ ദുഷ്ടതയും അസൂയയും മകളുടെ നാശത്തിലാണ് കലാശിച്ചതെന്ന് ആ സ്ത്രീക്ക് മനസ്സിലായി .

എമല്യയും മാന്ത്രിക മത്സ്യവും

ഒരു ചെറിയ ഗ്രാമത്തിൽ മൂന്ന് സഹോദരന്മാർ താമസിച്ചിരുന്നു. മൂത്ത രണ്ട് സഹോദരങ്ങൾ വിവാഹിതരായിരുന്നു. ഇളയവൻ എമല്യ ഒരു മഠയനായിരുന്നു. ഒരു ദിവസം മൂത്ത രണ്ട് സഹോദരന്മാർ അകലെയുള്ള ഒരു ചന്തയിൽ പോയപ്പോൾ ഭാര്യമാരുടെ സംരക്ഷണച്ചുമതല അനുജനെ ഏൽപ്പിച്ചു. വീട്ടിൽ തങ്ങിയ എമല്യ നെരിപ്പോടിന് സമീപമിരുന്ന് ഉറങ്ങിപ്പോയി.

അടുത്തദിവസം രാവിലെ ജ്യേഷ്ഠത്തിമാർ എമല്യയോട് നദിയിൽ നിന്നും കുറച്ച് വെള്ളമെടുത്ത് വരുവാൻ ആവശ്യപ്പെട്ടു. അവൻ പിറുപിറുത്തു. "എനിക്ക് കുറച്ച് സമാധാനം തരൂ. എനിക്ക് ഉറങ്ങണം." ആ സ്ത്രീകൾ അവനോട് വളരെ മൃദുവായി സംസാരിച്ചു. ഒരു ചുവന്ന കുപ്പായവും ചുവന്ന തൊപ്പിയും നൽകാമെന്ന് വാഗ്ദാനം ചെയ്തു. എമല്യക്ക് ചുവന്ന വസ്തുങ്ങൾ ഇഷ്ടമാണെന്ന് അവർക്കറിയാമായിരുന്നു. ഇത് കേട്ട എമല്യ നദിക്കരയിലേക്ക് ഓടി. പാത്രങ്ങളിലേക്ക് വെള്ളമെടുക്കുമ്പോൾ ഒരു ദ്വാരത്തിലിരിക്കുന്ന ഉലക്കമീനിനെ കണ്ടു. എമല്യ അതിനെ പിടിച്ചു. ഉലക്കമീൻ കൊണ്ട് ഉണ്ടാക്കിയ അടയ്ക്ക് നല്ല സ്വാദാണ് - അവൻ ചിന്തിച്ചു. പക്ഷെ ഉലക്കമീൻ മനുഷ്യ ശബ്ദത്തിൽ അവനോട് അപേക്ഷിച്ചു. "എന്നെ വെറുതെ വിടൂ. നിനക്ക് എന്ത് ആവശ്യമുണ്ടെങ്കിലും ഞാൻ നൽകാം." "ഉലക്കമീനിന്റെ ഇച്ഛ, എന്റെ ആജ്ഞ" എന്ന് മാത്രം പറഞ്ഞാൽ മതി. നിന്റെ എല്ലാ ആവശ്യവും സാധിക്കും.

എമല്യ ആ മത്സ്യത്തെ വെറുതെ വിട്ടു. എന്നിട്ട് ഉറക്കെ പറഞ്ഞു. "ഉലക്കമീനിന്റെ ഇച്ഛ, എന്റെ ആജ്ഞ." ഈ വെള്ളം നിറച്ച പാത്രങ്ങൾ സ്വയം വീട്ടിലേക്ക് പോകട്ടെ."

നിറഞ്ഞ പാത്രങ്ങൾ വീട്ടിലേക്ക് സ്വയം വരുന്നത് കണ്ട് ജ്യേഷ്ഠത്തിമാർ അത്ഭുതപ്പെട്ടു. നെരിപ്പോടിനരികിലെത്തി എമല്യ വീണ്ടും ഉറങ്ങി.

മറ്റൊരു ദിവസം ജ്യേഷ്ഠത്തിമാർ അടയുണ്ടാക്കുവാൻ തീരുമാനിച്ചു. പക്ഷെ പാചകത്തിനുള്ള വിറകുണ്ടായിരുന്നില്ല.

അവർ എമല്യയെ വിറകിനായി കാട്ടിലേക്ക് അയച്ചു. അവനിഷ്ടമുള്ള രുചിയുള്ള അടയുണ്ടാക്കി നൽകാമെന്ന് വാഗ്ദാനവും ചെയ്തു. മുറ്റത്തിരുന്ന അവൻ "ഉലക്കമീനിന്റെ ഇച്ഛ, എന്റെ ആജ്ഞ," എന്ന് മന്ത്രിച്ചു. "ഹിമ വാഹനമേ പെട്ടെന്ന് കാട്ടിലേക്ക് പോകൂ," ഹിമവണ്ടി കാട്ടിലേക്ക് പറന്നു. എമല്യയുടെ കോടാലി അതിന്റെ ജോലി ഭംഗിയായി ചെയ്തു. നിർഭാഗ്യവശാൽ തിരിച്ച് വരുമ്പോൾ ഒരു പട്ടണത്തിലൂടെ അവന് വരേണ്ടതായിവന്നു. അവിടെവച്ച് എമല്യയുടെ വാഹനം പലരുടേയും ദേഹത്ത് തട്ടി പരിക്കേൽപ്പിച്ചു.

വീട്ടിലെത്തിയ അവൻ നെരിപ്പോടിനരികിലെത്തി വീണ്ടും ഉറങ്ങി. പട്ടണത്തിലെ സംഭവമറിഞ്ഞ സാർ ചക്രവർത്തി എമല്യയെ കൂട്ടിവരുവാനായി ഒരു ഉദ്യോഗസ്ഥനെ നിയോഗിച്ചു. എമല്യയുടെ വീട്ടിലെത്തിയ അയാൾ ഉറക്കെ വിളിച്ചു. "എമല്യ നീ ഇപ്പോൾ എന്റെ കൂടെ ചക്രവർത്തിയുടെ കൊട്ടാരത്തിലേക്ക് വരണം." നെരിപ്പോടിനടുത്ത് കിടന്ന് എമല്യ പതുക്കെ പറഞ്ഞു. "എനിക്ക് ഇവിടെ സുഖമാണ്. എനിക്ക് സമാധാനം തരൂ". ഉദ്യോഗസ്ഥൻ അവനെ വലിച്ചിഴച്ചപ്പോൾ ദേഷ്യത്തോടെ അവൻ ഉറക്കെ വിളിച്ചു. "ഉലക്കമീനിന്റെ ഇച്ഛ, എന്റെ ആജ്ഞ, മാന്ത്രിക ദണ്ഡ് വന്ന് ഈ ഉദ്യോഗസ്ഥനെ നേരിടട്ടെ." അപ്പോൾ ഒരു വടി പ്രത്യക്ഷപ്പെട്ട് ചക്രവർത്തിയുടെ ഉദ്യോഗസ്ഥനെ അടിച്ചോടിച്ചു.

പിന്നീട് ചക്രവർത്തി കഴിവുള്ള മറ്റൊരു ഉദ്യോഗസ്ഥനെ അയച്ചു. അയാൾ കയ്യിൽ മധുരപലഹാരങ്ങൾ കരുതിയിരുന്നു. അയാൾ എമല്യയെ കാര്യങ്ങൾ പറഞ്ഞ് മനസ്സിലാക്കി. മധുര പലഹാരങ്ങൾ കഴിച്ചുതീർത്ത് എമല്യ കൊട്ടാരത്തിലേക്ക് പോകുവാൻ സമ്മതിച്ചു. അവൻ തന്റെ പഴയ മനോഹരമായ ചുവന്ന കുപ്പായവുമിട്ട് ഉറക്കെ പറഞ്ഞു. "ഉലക്കമീനിന്റെ ഇച്ഛ, എന്റെ ആജ്ഞ, നേരേ ചക്രവർത്തിയുടെ കൊട്ടാരത്തിലേക്ക് എന്നെ കൂട്ടികൊണ്ടുപോകുക."

ചക്രവർത്തിയുടെ കൊട്ടാരത്തിലെ അങ്കണത്തിലും പടികളിലുമായി നിരവധി പേർ എമല്യയെ ആകാംക്ഷയോടെ നോക്കി നിൽക്കുന്നുണ്ടായിരുന്നു. ചക്രവർത്തിയുടെ മകളും അവർക്കിടയിലുണ്ടായിരുന്നു. എമല്യക്ക് അവളെ ഇഷ്ടമായി. അവൻ മന്ത്രിച്ചു.

“ഉലക്കമീനിന്റെ ഇച്ഛ, എന്റെ ആജ്ഞ, ആ സുന്ദരിക്ക് എന്നിൽ അനുരാഗമുണ്ടാകട്ടെ”. എന്നിട്ട് stone- നോട് തന്നെ വീട്ടിൽ തിരിച്ചെത്തിക്കുവാൻ ആവശ്യപ്പെട്ടു.

അവനെ കാണുവാനാഗ്രഹിച്ച സുന്ദരിയായ രാജകുമാരി അവനെ വിവാഹം കഴിക്കുവാനുള്ള താൽപര്യം ചക്രവർത്തിയെ അറിയിച്ചു. സാർ ദുഃഖിതനായെങ്കിലും മറ്റുവഴികളില്ലായിരുന്നു. ചക്രവർത്തി ഒരു ഉദ്യോഗസ്ഥനെ എമല്യയുടെ വീട്ടിലേക്കയച്ചു. അയാൾ നിറയെ മധുരപലഹാരങ്ങൾ കരുതിയിരുന്നു. നിറയെ മധുരം കഴിച്ച എമല്യ ഉറങ്ങിപ്പോയി. ഉദ്യോഗസ്ഥൻ അവനുമായി കൊട്ടാരത്തിലെത്തി. രാജാവും പരിചാരകരും എമല്യയെയും രാജകുമാരിയെയും ഒരു വലിയ വീപ്പയിലാക്കി കടലിൽ എറിഞ്ഞു.

ഉണർന്ന എമല്യ സുന്ദരിയായ രാജകുമാരിയോടൊത്ത് വീപ്പക്കുള്ളിൽപ്പെട്ടിരിക്കുകയാണെന്ന് തിരിച്ചറിഞ്ഞു. നടന്ന സംഭവങ്ങൾ രാജകുമാരി വിശദമായി പറഞ്ഞപ്പോൾ എമല്യ ഉറക്കെ പറഞ്ഞു: "ഉലക്കമീനിന്റെ ഇച്ഛ, എന്റെ ആജ്ഞ, തിരമാലകൾ ഈ വീപ്പയെ കരയിലെത്തിക്കട്ടെ." രക്ഷപ്പെട്ട അവർ ഒരു ദ്വീപിലെത്തിച്ചേർന്നു.

"എന്റെ പ്രിയപ്പെട്ട എമല്യ, നമ്മൾ എവിടെ ജീവിക്കും. ഒരു ചെറിയ കുടിൽ പണിതു തരൂ." രാജകുമാരി ആവശ്യപ്പെട്ടു. സമ്മതിച്ച എമല്യ പറഞ്ഞു: "ഉലക്കമീനിന്റെ ഇച്ഛ, എന്റെ ആജ്ഞ. ഈ ദ്വീപിൽ ലോകത്തെ ഏറ്റവും മനോഹരമായ കൊട്ടാരം നിർമ്മിക്കപ്പെടട്ടെ." വെള്ളക്കല്ലിൽ തീർത്ത മനോഹരമായ ഒരു കൊട്ടാരം അവിടെ ഉയർന്നുവന്നു.

"പ്രിയപ്പെട്ട എമല്യ നിനക്ക് കുറച്ചുകൂടി സുന്ദരനായിക്കൂടെ?" രാജകുമാരി ചോദിച്ചു. നിമിഷങ്ങൾക്കകം എമല്യ സുന്ദരനും ബുദ്ധിശാലിയുമായ യുവാവായി മാറി. അവർ ആ ദ്വീപിന്റെ ഭരണാധികാരികളായി ജീവിച്ചു.

ഒരു ദിവസം ആ ദ്വീപിൽ വരാനിടയായ സാർ ചക്രവർത്തി മനോഹരമായ വെണ്ണക്കൽ കൊട്ടാരം കണ്ടു. അദ്ദേഹത്തെ സ്വീകരിച്ച എമല്യയെ ചക്രവർത്തി തിരിച്ചറിഞ്ഞില്ല. എന്നാൽ കൊട്ടാരത്തിനകത്ത് തന്റെ മകളെ കണ്ട് ചക്രവർത്തി അത്ഭുതപ്പെട്ടു. തനിക്കും എമല്യക്കും സംഭവിച്ചതെല്ലാം രാജകുമാരി പിതാവിനോട് പറഞ്ഞു. വിതുമ്പിപ്പോയ അദ്ദേഹം ക്ഷമ ചോദിച്ചു. പിന്നീട് അദ്ദേഹം വലിയ വിവാഹസൽക്കാരമൊരുക്കി. എമല്യയുടെ സഹോദരന്മാരെയും ക്ഷണിച്ചിരുന്നു. തുടർന്ന് എല്ലാപേരും സന്തോഷത്തോടെയും സമാധാനത്തോടെയും ജീവിച്ചു.

മാന്ത്രിക അരയന്നങ്ങൾ

ഒരിടത്ത് ഒരു ഭാര്യയും ഭർത്താവും താമസിച്ചിരുന്നു. അവർക്ക് രണ്ട് കുട്ടികളുണ്ടായിരുന്നു. മൂത്തമകൾ മാഷ. രണ്ടാമത്തേത് മകൻ, വാന്യ. മാഷക്ക് പത്ത് വയസ്സും, വാന്യക്ക് രണ്ടുവയസ്സുമായിരുന്നു പ്രായം.

ഒരുദിവസം മാതാപിതാക്കൾ അകലെയുള്ള ഒരു നഗരത്തിലേക്ക് പോകാൻ ഒരുങ്ങി. മകളോട് സ്വയം സൂക്ഷിക്കുവാനും അനുജനെ സംരക്ഷിക്കുവാനും പറഞ്ഞേൽപ്പിച്ചു. അവളോട് അവർ പറഞ്ഞു: "വീടുവിട്ട് പോകരുത്. അനുജന്റെ മേൽ ഒരു കണ്ണു വേണം. പകരം നഗരത്തിൽ നിന്ന് നിനക്ക് നല്ല സമ്മാനങ്ങൾ വാങ്ങിത്തരാം.

മാഷ അച്ഛനമ്മമാർ പറയുന്നത് ശ്രദ്ധിച്ച് കേട്ടിരുന്നു. ചിലപ്പോഴൊക്കെ തലയാട്ടി. പക്ഷെ അവർ വീട്ടിൽ നിന്നുമിറങ്ങിയ ഉടൻ അവൾ അനുജനെ പുൽത്തകിടിയിൽ ഒറ്റക്കിരുത്തി കളിക്കാനോടി. ഒറ്റയ്ക്കായ വാന്യയുടെ അടുത്ത് പറന്നെത്തിയ അരയന്നക്കൂട്ടങ്ങൾ അവനെ ചിറകിൽ എടുത്ത് അകലെ കാട്ടിലേക്ക് പറന്നുപോയി.

കൂട്ടുകാരുമായി കളിച്ചിരുന്ന മാഷ പെട്ടെന്ന് അനുജനെ ഓർത്തു. വീട്ടിലേക്ക് ഓടിയെത്തിയ അവൾ ഒഴിഞ്ഞ വീട്ടിൽ വാന്യ ഇല്ല എന്ന് മനസ്സിലാക്കി.

ദുഃഖിതയായ മാഷ കരഞ്ഞുകൊണ്ട് അനുജനെ വിളിച്ചു. വീടിന് ചുറ്റുമെല്ലാം അവൾ അവനെ അന്വേഷിച്ചു. പക്ഷെ ഒരു സ്ഥലത്തും വാന്യയെ കണ്ടെത്താനായില്ല.

അവൾ ആകാശത്തേക്ക് നോക്കിയപ്പോൾ ഒരുകൂട്ടം അയന്നങ്ങൾ കാട് ലക്ഷ്യമാക്കി വേഗത്തിൽ പറക്കുന്നത് കണ്ടു. അത് മാന്ത്രിക അരയന്നങ്ങളുടെ കൂട്ടമാണെന്നും തന്റെ അനുജനെയും കൊണ്ടാണ് അവർ പറന്നുപോകുന്നതെന്നും അവൾ മനസ്സിലാക്കി.

വാന്യയെ വീണ്ടെടുക്കാനായി അവൾ യാത്ര തുടങ്ങി. ആകാശത്ത് അരയന്നക്കൂട്ടത്തെ കാണാൻ സാധിക്കുന്നതുവരെ അവൾ അവരെ പിന്തുടർന്നു. പെട്ടെന്ന് പക്ഷികൾ അവളുടെ കാഴ്ചയിൽ നിന്നും അപ്രത്യക്ഷമായി. താനിനി എങ്ങോട്ട് പോകുമെന്ന് അവൾ ചിന്തിച്ചു.

നടത്തം നിറുത്തിയ മാഷ പ്രതീക്ഷ നഷ്ടപ്പെട്ട് നെടുവീർപ്പിട്ടു. അവൾ ചുറ്റും നോക്കി. ഒരു ചുട്ടുകല്ല് അടുപ്പല്ലാതെ കാഴ്ചവട്ടത്ത് വേറെ ഒന്നുമുണ്ടായിരുന്നില്ല. അടുപ്പിനരുകിലെത്തിയ പെൺകുട്ടി ചോദിച്ചു:

"ചുട്ടുകല്ലടുപ്പേ, മാന്ത്രിക അരയന്നങ്ങൾ പറന്നുപോയ ഇടം പറഞ്ഞുതരൂ."

"എന്റെ ഈ അടപ്പലഹാരം കഴിക്കൂ. മാന്ത്രിക അരയന്നങ്ങൾ പറന്നുപോയ ഇടം ഞാൻ പറഞ്ഞു തരാം," അടുപ്പ് പറഞ്ഞു.

അതിന് മാഷ മറുപടി പറഞ്ഞു: "അതെന്തിനാ?... ഞാൻ അടപ്പലഹാരം കഴിക്കില്ല. വീട്ടിൽ ഗോതമ്പും വെണ്ണയും ചേർത്തുണ്ടാക്കിയ അട മാത്രമെ കഴിക്കൂ. അത്രയും പറഞ്ഞ് പെൺകുട്ടി വേഗത്തിൽ ഓടിപ്പോയി.

എങ്ങോട്ട് പോകണമെന്നറിയാത്തതായിരുന്നു അവളുടെ ഏറ്റവും വലിയ പ്രശ്നം. അവൾ ഓട്ടം നിറുത്തി ചുറ്റും നോക്കി. ഒരു ഉയരമുള്ള ആപ്പിൾ മരമല്ലാതെ മറ്റൊന്നും അവിടെ കണ്ടില്ല. "ആപ്പിൾ മരമേ, മാന്ത്രിക അരയന്നങ്ങൾ പറന്നുപോയ ഇടം പറഞ്ഞുതരൂ," അവൾ ചോദിച്ചു.

"എന്റെ നാടൻ പച്ച ആപ്പിൾ കഴിക്കൂ. നിരസിക്കരുത്. മാന്ത്രിക അരയന്നങ്ങൾ പറന്നുപോയ ഇടം ഞാൻ പറഞ്ഞു തരാം," ആപ്പിൾ മരം പറഞ്ഞു.

“അതെന്തിനാ?... ഞാൻ കയ്പുള്ള ആപ്പിൾ കഴിക്കാറില്ല. വീട്ടിലെ തോട്ടത്തിലു ണ്ടായ ആപ്പിൾ, തേൻ കൂട്ടിയാണ് കഴിക്കാറുള്ളത്.

അത്രയും പറഞ്ഞ് പെൺകുട്ടി ഓട്ടം തുടർന്നു. അവൾ ഓട്ടത്തിന്റെ വേഗം കൂട്ടി. പക്ഷെ ശരിയായ ദിശയിലേക്കാണോ സഞ്ചരിക്കുന്നത് എന്ന് അവൾക്ക് നിശ്ചയമു ണ്ടായിരുന്നില്ല. മാന്ത്രിക അരയന്നങ്ങൾ എങ്ങോട്ടാണ് പറന്നുപോയതെന്ന് അവൾക്ക് അപ്പോഴുമറിയില്ലായിരുന്നു. അവൾ ചുറ്റും നോക്കി. ഒരു പാൽനദിയല്ലാതെ മറ്റൊന്നും അവിടെ കണ്ടില്ല. പാൽനദിയുടെ തീരം പാവ് കൊണ്ടുണ്ടാക്കിയതായിരുന്നു. നദിക്ക രുകിൽ വന്ന് അവൾ ചോദിച്ചു:

“പാൽ നദീ, മാന്ത്രിക അരയന്നങ്ങൾ പറന്നുപോയ ഇടം പറഞ്ഞു തരൂ,” അവൾ അപേക്ഷിച്ചു.

“ഈ പാവ് ചേർത്ത് എന്റെ പാൽ കുടിക്കൂ. മാന്ത്രിക അരയന്നങ്ങൾ പറന്നുപോയ ഇടം ഞാൻ പറഞ്ഞുതരാം.” പാൽനദി പറഞ്ഞു.

“എനിക്ക് പാലും വേണ്ട, പാവും വേണ്ട. ഞാൻ വീട്ടിൽ പാൽക്കട്ടി പോലും കഴി ക്കാറില്ല. പിന്നെയല്ലെ പാൽ.”

ഇത്രയും പറഞ്ഞ് മാഷ ഓട്ടം തുടർന്നു. അനുജനുമായി പറന്നുപോയ മാന്ത്രിക അരയന്നക്കൂട്ടത്തിനടുത്തേക്കാണോ അതോ അതിൽ നിന്ന് എതിർ ദിശയിലേക്കാണോ തന്റെ യാത്രയെന്ന് അവൾക്ക് നിശ്ചയമില്ലായിരുന്നു.

ഓട്ടം നിറുത്തി അവൾ ചുറ്റും നോക്കി. കറുത്തതും തിങ്ങിനിറഞ്ഞതുമായ കുറ്റിക്കാട്ടിലെ കോഴിക്കാലിൽ നിന്ന് കറങ്ങുന്ന ഒരു ചെറിയ കുടിലിനെ മാത്രമെ അവൾക്ക് കാണുവാൻ കഴിഞ്ഞുള്ളൂ.

“ചെറുകുടിലേ, ഞാൻ പറയുന്നതുപോലെ നിശ്ചലമാകൂ. നിർമ്മിക്കപ്പെട്ട രീതിയിൽ നിലയുറപ്പിക്കൂ,” മാഷ ആവശ്യപ്പെട്ടു.

മാഷക്ക് അഭിമുഖമായി വാതിൽ വരുന്നരീതിയിൽ കുടിൽ നിശ്ചലമായി. പതുങ്ങി പതുങ്ങി ആ കുടിലിലേക്ക് കയറിയ പെൺകുട്ടി അവിടെ തന്റെ അനുജനെ കണ്ടു. മാന്ത്രിക അരയന്നങ്ങൾ ബാബയാഗയുടെ വീട്ടിലേക്കായിരുന്നു വാന്യയെ കൂട്ടിക്കൊണ്ടു വന്നിരുന്നത്.

വാന്യ മാഷയെ കണ്ടയുടൻ നിലവിളിക്കുവാൻ തുടങ്ങി. തന്റെ ചൂണ്ടുവിരൽ ചുണ്ടിനോട് ചേർത്തുവച്ച് അനുജനോട് നിശ്ശബ്ദനായിരിക്കുവാൻ മാഷ ആംഗ്യം കാണിച്ചു. വാന്യയുടെ അടുത്ത് കറങ്ങുന്ന ചക്രത്തിൽ ബാബയാഗ മയങ്ങുന്നുണ്ടായിരുന്നു. അവരുടെ മുഖത്ത് മുഴുവൻ ചുളിവുകളും മറുകുകളുമായിരുന്നു. അവരുടെ വക്രമായ മൂക്ക് അവരുടെ മുഖത്തെ കൂടുതൽ ക്രുദ്ധമാക്കി. അവരുടെ നീണ്ടതും വൃത്തികെട്ടതുമായ നഖങ്ങൾ പേടിപ്പെടുത്തുന്നതായിരുന്നു. അവരുടെ തോളിൽ ഉറങ്ങാതെ ചുറ്റും കണ്ണോടിച്ച് ഏകാഗ്രതയോടെ വീക്ഷിക്കുന്ന ഒരു മൂങ്ങയുണ്ടായിരുന്നു.

“നമസ്കാരം ബാബയാഗ,” മാഷ് പറഞ്ഞു.

കണ്ണുതുറന്ന ബാബയാഗ ദേഷ്യത്തോടെ മാഷയെ നോക്കി.

“ക്ഷണിക്കപ്പെടാത്ത അതിഥി, നിനക്ക് എന്താണ് വേണ്ടത്?”

“എനിക്ക് കാട്ടിൽ വഴിതെറ്റി. മണിക്കൂറുകളോളം നടന്ന് എന്റെ കാലുകൾ കഴച്ചു. കൂടുതൽ നടക്കുവാൻ കഴിഞ്ഞില്ല. എനിക്ക് വിശക്കുന്നു. കുറച്ച് സമയം ഇവിടെ തങ്ങുവാൻ എന്നെ അനുവദിക്കണം. എനിക്ക് വിശ്രമിക്കണം.

“ശരി നിനക്കെന്റെ പാൽക്കഞ്ഞി കുടിക്കാം. പക്ഷെ പ്രത്യുപകാരമായി നീ ഈ ചക്രം തിരിക്കണം.”

ഇത്രയും പറഞ്ഞ് ബാബയാഗ ആ മുറിവിട്ട് മൂങ്ങയുമായി പുറത്തേക്ക് പോയി. ബാബയാഗ പോയ സമയം അടുപ്പിനടിയിൽ നിന്നും പുറത്ത് വന്ന് ഒരു എലി മാഷയോട് അപേക്ഷിച്ചു:

“കുഞ്ഞേ, എനിക്ക് കുറച്ച് പാൽക്കഞ്ഞി തരുമോ?

അടുപ്പിന് മുകളിൽ ബാക്കി വന്ന പാൽക്കഞ്ഞിയെടുത്ത് മാഷ ചെറിയ തവിയിൽ കുറച്ച് ആ എലിക്ക് നൽകി. വിശപ്പുമാറ്റിയ എലി മാഷയുടെ ദയക്ക് പകരമായി ഒരു രഹസ്യം പറഞ്ഞു കൊടുത്തു.

“പെട്ടെന്ന് ഇവിടെ നിന്നും ആ കുട്ടിയെയും കൂട്ടി ഓടി പോകുക. ബാബയാഗ ചൂടു വെള്ളത്തിലെ കുളിയും കഴിഞ്ഞെത്തിയാൽ നിങ്ങളെ രണ്ടുപേരെയും ഭക്ഷിക്കും. വളരെ കുറച്ച് സമയമേ ബാക്കിയുള്ളൂ. രക്ഷപ്പെടൂ. പെട്ടെന്നാകട്ടെ.”

സമയം കളയാതെ മാഷ അനുജനെയും കയ്യിലെടുത്തു പുറത്തേക്കു ഓടി. ആ സമയം മാഷ ജോലി ചെയ്തിരുന്ന കറങ്ങുന്ന ചക്രത്തിന് സമീപമുള്ള ജനാലക്കരുകിൽ വന്ന ബാബയാഗ ചോദിച്ചു:

"നീ എന്റെ കറങ്ങുന്ന ചക്രത്തിൽ പണിയെടുക്കുകയാണോ കുട്ടി"? "അതെ ബാബ, ഞാൻ വളരെ കഷ്ടപ്പെട്ട് പണിയെടുക്കുകയാണ്." പാൽക്കഞ്ഞി കുടിച്ച് തീരാറായ എലി ഉത്തരം നൽകി. കുട്ടിയെ പിടികൂടുവാനായി ബാബയാഗ എത്തി. പക്ഷെ വീട് ശൂന്യമായിരുന്നു. കുട്ടികൾ പോയിക്കഴിഞ്ഞിരുന്നു. ബാബയാഗ തന്റെ മാന്ത്രിക അരയന്നങ്ങളെ വിളിച്ചുവരുത്തി.

"എന്റെ മാന്ത്രിക അരയന്നങ്ങളേ, നിങ്ങൾ ആ കുട്ടികളുടെ പിന്നാലെ പറക്കൂ. ആ പെൺകുട്ടി കുഞ്ഞുമായി കടന്നുകളഞ്ഞു. അവരെ നിങ്ങൾ പിടിക്കണം. അവരെ തിരിച്ചുകൊണ്ടുവരണം. അല്ലെങ്കിൽ..."

മാഷയും വാന്യയും വനത്തിലൂടെ ഓടിക്കൊണ്ടിരുന്നു. മാന്ത്രിക അരയന്നക്കൂട്ടത്തിന്റെ ചിറകടിയൊച്ച അവൾക്കു കേൾക്കാമായിരുന്നു.

ഭാഗ്യവശാൽ മാഷ നേരത്തെ കണ്ട പാവ് കൊണ്ടുണ്ടാക്കിയ തീരമുള്ള പാൽനദി കണ്ടു. അനുജനെയുമെടുത്ത് മാഷ പാൽനദിയുടെ അടുത്തെത്തി കരഞ്ഞു.

“പ്രിയപ്പെട്ട പാൽനദീ, ഞങ്ങളെ എവിടെയെങ്കിലും ഒളിപ്പിക്കൂ.”

“എന്റെ പാവും കുട്ടി കുറച്ച് പാൽ കഴിച്ചാൽ ഞാൻ നിങ്ങളെ ഒളിപ്പിക്കാം” - നദി പറഞ്ഞു. തന്നാൽ കഴിയുന്ന രീതിയിൽ മാഷ പാവും പാലും കഴിച്ചു. നദി മാഷയെയും വാന്യയെയും ഒളിപ്പിച്ചു. ഇതറിയാതെ മാന്ത്രിക അരയന്നങ്ങൾ പറന്നകന്നു.

മാഷയും വാന്യയും വീണ്ടും ഓടാൻ തുടങ്ങി. വളരെ ദൂരമെത്തും മുൻപേ അവർ മാന്ത്രിക അരയന്നങ്ങളുടെ ചിറകടിയൊച്ച കേട്ടു.

ഭാഗ്യവശാൽ മാഷ മുമ്പ് കണ്ട ആപ്പിൾ മരം വഴിവക്കിലുണ്ടായിരുന്നു. അനുജനെ എടുത്തോടിയ മാഷ ആപ്പിൾ മര ത്തോട് അപേക്ഷിച്ചു:

“പ്രിയപ്പെട്ട ആപ്പിൾ മരമേ, ഞങ്ങളെ രക്ഷിച്ചാലും.”

“എന്റെ ഈ നാടൻ ആപ്പിൾ കഴിച്ചാൽ ഞാൻ രക്ഷിക്കാം,” ആപ്പിൾ മരം പറഞ്ഞു.

വളരെ വേഗത്തിൽ മാഷ ആപ്പിൾ കഴിച്ചു. ആപ്പിൾ മരം തന്റെ ചില്ലകൾകൊണ്ട് അവരെ പൊതിഞ്ഞ് രക്ഷിച്ചു. ഇതറിയാതെ മാന്ത്രിക അരയന്നങ്ങൾ ദൂരേക്ക് പറന്നു പോയി.

മാഷയും വാന്യയും ഓട്ടം തുടർന്നു. അധികദൂരമെത്തുന്നതിനു മുൻപേ മാന്ത്രിക അരയന്നക്കൂട്ടത്തിന്റെ ചിറകടിയൊച്ച അവൾ കേട്ടു.

ഭാഗ്യവശാൽ മാഷ മുൻപ് കണ്ട ചുടുകല്ലുകൊണ്ടുണ്ടാക്കിയ അടുപ്പിനരുകിൽ അവർ എത്തി. മാഷ അടുപ്പിനോട് അപേക്ഷിച്ചു.

“പ്രിയപ്പെട്ട കല്ലടുപ്പേ, ദയവുണ്ടായി എന്റെ അനുജനെയും എന്നെയും ഒളിപ്പിച്ചാലും.”

“എന്റെ രുചിയുള്ള അടപ്പലഹാരം കഴിച്ചിട്ട് ഉള്ളിലേക്ക് കയറി വരു,” അടുപ്പ് പറഞ്ഞു.

കഴിയുന്നത്ര വേഗത്തിൽ മാഷ അടപ്പലഹാരം കഴിച്ച് തീർത്തിട്ട് അനുജനുമായി അടുപ്പിനുള്ളിൽ കയറി ഒളിച്ചു. ഇതറിയാതെ മാന്ത്രിക അരയന്നങ്ങൾ പറന്നുപോയി.

മാഷയും വാന്യയും വേഗത്തിൽ ഓട്ടം തുടർന്നു. വീടിന് മുന്നിലെത്തിയ അവർ വീണ്ടും മാന്ത്രിക അരയന്നങ്ങളുടെ ചിറകടിയൊച്ച കേട്ടു. അരയന്നങ്ങൾ കുട്ടികളുടെ കാലുകളിൽ കൊത്തി വേദനിപ്പിച്ചു. പക്ഷെ വളരെ കഷ്ടപ്പെട്ട് മാഷയും വാന്യയും വീട്ടിനകത്തെത്തി വാതിൽ പൂട്ടി. സുരക്ഷിതരായ അവർ ആശ്വസിച്ച് നെടുവീർപ്പിട്ടു.

വളരെനേരം വീടിന് ചുറ്റം പറന്ന പക്ഷികൾ കുട്ടികളെ പിടികൂടാൻ കഴിയാതെ നിരാശരായി വെറും കൈയ്യോടെ ബാബയാഗയുടെ അടുത്തേക്ക് പറന്നുപോയി. വൈകാതെ മാഷയുടെയും വാന്യയുടെയും അച്ഛനമ്മമാർ നഗരത്തിൽ നിന്നും തിരിച്ചെത്തി. കുട്ടികൾക്ക് അവർ കൈനിറയെ സമ്മാനങ്ങൾ നൽകി. പക്ഷെ തനിക്ക് ഏറ്റവും ഇഷ്ടപ്പെട്ട മനോഹരമായ ഒരു സ്കാർഫ് അവൾ എടുത്തു.

സിവ് ക-ബുർക്ക

പണ്ടൊരിക്കൽ റഷ്യയിലെ ഒരു ഗ്രാമത്തിൽ വയസ്സായ ഒരു കർഷകൻ താമസിച്ചിരുന്നു. അയാൾക്ക് മൂന്ന് മക്കളുണ്ടായിരുന്നു. മൂത്ത രണ്ടുമക്കളും ബുദ്ധിശാലികളായിരുന്നെങ്കിലും ഇളയമകൻ ഇവാനുഷ്ക ഒരു മഠയനായിരുന്നു. അവർക്കൊരു ഗോതമ്പുപാടമുണ്ടായിരുന്നു. ഒരു ദിവസം പാടത്തിലെ ഗോതമ്പ് വിളകൾ ആരോ ചവിട്ടി നശിപ്പിച്ചിരിക്കുന്നതായി ആ കർഷകൻ മനസ്സിലാക്കി. പാടത്തെസംരക്ഷിക്കുവാനായി മൂന്ന് മക്കളെയും അയാൾ ചുമതലപ്പെടുത്തി.

ആദ്യ ദിവസം രാത്രി മൂത്തമകൻ പാടത്തിലെത്തിയെങ്കിലും ഉറങ്ങിപ്പോയി. രണ്ടാം ദിവസം കാവലിന് പോയ രണ്ടാമത്തെ മകനും അതുതന്നെ സംഭവിച്ചു. മൂന്നാം ദിവസം ഇവാനുഷ്കയാണ് പാടത്ത് പോയത്. അർധരാത്രിയിൽ പാടത്തെത്തി വിളകൾ തിന്ന് ചവിട്ടി നശിപ്പിക്കുന്ന സ്വർണ്ണജീനിയും വെള്ളി കടിഞ്ഞാണുമുള്ള തവിട്ടുനിറത്തിലുള്ള ഒരു കുതിരയെ കണ്ടു. ഇവാനുഷ്ക ആ കുതിരയെ പിടിച്ചു കെട്ടി. ആ കുതിര പറഞ്ഞു: “എന്നെ പോകാൻ അനുവദിക്കൂ.

ഞാൻ എന്നും നിന്റെ സുഹൃത്തായിരിക്കും. നിനക്ക് എന്ത് ആവശ്യമുണ്ടെങ്കിലും ഈ പാടത്ത് വന്ന് 'സിവ്ക-ബുർക്ക' എന്ന് വിളിച്ചാൽ ഉടൻ നിന്റെ സഹായത്തിന് ഞാനെത്തും."

ഇവാനുഷ്ക ആ കുതിരയെ വെറുതെ വിട്ടു. ആ സമയത്താണ് ആൺമക്കളില്ലാതിരുന്ന ചക്രവർത്തി അനന്തരാവകാശിയെ കണ്ടെത്താനായി ഒരു മത്സരം നടത്തിയത്. സുന്ദരിയായ തന്റെ മകളെ, ഉയർന്ന ഗോപുരത്തിന് മുകളിൽ നിറുത്തി അദ്ദേഹം പ്രഖ്യാപിച്ചു. "കുതിരപ്പുറത്ത് ഈ ഗോപുരത്തിന്റെ മുകളിലെത്തി ആര് എന്റെ മകളുടെ വിരലിൽ നിന്നും ഈ മോതിരം സ്വന്തമാക്കുന്നുവോ, അവന് എന്റെ മകളെ വിവാഹം കഴിക്കുകയും എന്റെ രാജ്യം സ്വന്തമാക്കുകയും ചെയ്യാം. കർഷകന്റെ മൂത്ത രണ്ടുമക്കളും മത്സരത്തിൽ പങ്കെടുക്കാൻ കൊട്ടാരത്തിലേക്ക് പോയി. ഇവാനുഷ്ക വീട്ടിൽ തങ്ങി. സഹോദരന്മാർ പോയക്കഴിഞ്ഞപ്പോൾ ഇവാനുഷ്ക 'സിവ്ക-ബുർക്ക' എന്ന് ഉച്ചത്തിൽ വിളിച്ചു. ഭൂമികുലുങ്ങുന്ന ശബ്ദമുണ്ടാക്കി തവിട്ടുനിറമുള്ള കുതിര പ്രത്യക്ഷപ്പെട്ടു. ഇവാനുഷ്ക അതിന്റെ ഇടത് ചെവിയിലൂടെ കയറി വലത് ചെവിയിലൂടെ പുറത്തുവന്നപ്പോൾ സുന്ദരനായ ഒരു യുവാവായി മാറി. കുതിരപ്പുറത്തേറി അവൻ മത്സരവേദിയിലേക്ക് പോയി. ഗോപുരത്തിന്റെ മുകളിൽ നിൽക്കുന്ന സുന്ദരിയായ രാജകുമാരിയുടെ അടുത്തുവരെ എത്തിയെങ്കിലും മോതിരം സ്വന്തമാക്കുവാൻ ഇവാനുഷ്കയ്ക്ക് കഴിഞ്ഞില്ല. മറ്റാരുടെയും കണ്ണിൽപ്പെടാതെ വേഗത്തിൽ വീട്ടിലേക്ക് കുതിച്ചു. വീട്ടിലെത്തിയ അവൻ പഴയ രൂപത്തിലായി. മത്സരം കഴിഞ്ഞ് തിരിച്ചെത്തിയ മൂത്ത സഹോദരന്മാർ ഇവാനുഷ്കയോട് രാജകുമാരിയുടെ തൊട്ടടുത്ത് കുതിരപ്പുറത്തെത്തിയ ആ സുന്ദരനെക്കുറിച്ച് പറഞ്ഞു. പക്ഷെ, ഇവാനുഷ്ക അവരെ നോക്കി ചിരിക്കുക മാത്രം ചെയ്തു.

അടുത്തദിവസവും അത് തന്നെ സംഭവിച്ചു. മൂന്നാം ദിവസവും ഇവാനുഷ്കയും സിവ്ക - ബുർക്കയും രാജകുമാരിയുടെ അടുത്തെത്തി വിരലിൽ നിന്നും മോതിരം സ്വന്തമാക്കി.

എന്നിട്ട് വളരെ പെട്ടെന്ന് അവർ വീട്ടിലേക്ക് പാഞ്ഞു. ഇവാനുഷ്ക വീണ്ടും പഴയരൂപ ത്തിലായി. എന്നിട്ട് അവൻ തന്റെ വിരൽ ഒരു തുണികൊണ്ട് ചുറ്റികെട്ടി. വീട്ടിലെത്തിയ അവന്റെ ജ്യേഷ്ഠന്മാർ നിന്റെ കൈയ്യിൽ എന്തുപറ്റി എന്ന് ആരാഞ്ഞു. “വെറുതെ ഒരു പോറൽ,” ഇവാനുഷ്ക ചിരിച്ചുകൊണ്ട് മറു പടി പറഞ്ഞു.

മൂന്നുദിവസം കഴിഞ്ഞ് ചക്രവർത്തി എല്ലാപേരെയും ഒരു വിരുന്നിന് ക്ഷണിച്ചു. തന്റെ മൂന്ന് മക്കളുമായി കർഷകനും വിരുന്നിനെത്തിയിരുന്നു. അവരെല്ലാവരും ഭക്ഷണവും മദ്യവും ആസ്വദിച്ചു. സൽക്കാരത്തിനൊടുവിൽ സാറിന്റെ മകൾ തന്നെ അതിഥികൾ ക്ക് തേൻ വിളമ്പി. ഇവാനുഷ്കയുടെ അടുത്തെത്തിയ അവൾ അവന്റെ കയ്യിലെ കെട്ട് അഴിച്ചു കാണിക്കുവാൻ ആവശ്യപ്പെട്ടു. അപ്പോൾ അവിടെയുള്ളവരെല്ലാവരും അവന്റെ വിരലിലെ മോതിരം കണ്ടു.

രാജകുമാരി പറഞ്ഞു: “പ്രിയപ്പെട്ട അച്ഛാ, ഇതാണ് എന്റെ പ്രതിശ്രുതവരൻ”!

ഇവാനുഷ്ക സുന്ദരനായ യുവാവായി മാറി. എന്നിട്ട് രാജകുമാരിയെ വിവാഹം കഴിച്ച് ഏറെനാൾ സുഖമായി ജീവിച്ചു.

www.ingramcontent.com/pod-product-compliance
Lightning Source LLC
LaVergne TN
LVHW080558051026
849527LV00004B/669